ഗണിതശാസ്ത്രം

ചരിത്രവും ശാസ്ത്രവും

ganithasasthram
charithravum sasthravum

•

palliyara sreedharan

•

first edition
july 2007

•

second edition
march 2008

•

third edition
december 2010

•

typesetting and published
chintha publishers, thiruvananthapuram

•

printed
geethanjali offset prints, kozhikode

•

cover
anil vega

•

price
rupees seventy five only

വിതരണം

ദേശാഭിമാനി ബുക്ക് ഹൗസ്

H O തിരുവനന്തപുരം-695 001

ബ്രാഞ്ചുകൾ

ഓവർബ്രിഡ്ജ് തിരുവനന്തപുരം • കെ എസ് ആർ ടി സി ബസ് സ്റ്റേഷൻ ആലപ്പുഴ • കെ എസ് ആർ ടി സി ബസ് സ്റ്റേഷൻ എറണാകുളം • കലൂർ കൊച്ചി • ഐ ജി റോഡ് കോഴിക്കോട് • മാവൂർ റോഡ് കോഴിക്കോട് • എൻ ജി ഒ യൂണിയൻ ബിൽഡിങ് കണ്ണൂർ • സെൻട്രൽ ബസ് ടെർമിനൽ കോംപ്ലക്സ് താവക്കര കണ്ണൂർ • മച്ചിങ്ങൽ ലെയ്ൻ തൃശൂർ

CR - VV.2 / 1044 / 2598

ഗണിതശാസ്ത്രം

ചരിത്രവും ശാസ്ത്രവും

പള്ളിയറ ശ്രീധരൻ

ചിന്ത പബ്ലിഷേഴ്സ്
തിരുവനന്തപുരം-695 001

പള്ളിയറ ശ്രീധരൻ

ആയിരത്തി തൊള്ളായിരത്തി അമ്പത് ജനുവരി 17ന് കണ്ണൂർ ജില്ലയിൽ ജനനം. എൻ സി ഇ ആർ ടിയുടെ റിസോഴ്സ് പേഴ്സൺ ട്രെയിനിംഗ്, മൈസൂർ റീജിയണൽ കോളേജ് ഓഫ് എഡ്യുക്കേഷനിൽ നിന്ന് കീ റിസോഴ്സ് പേഴ്സൺ ട്രെയിനിംഗ് തുടങ്ങി അമ്പതിലേറെ ഗണിതശാസ്ത്ര കോഴ്സുകളിൽ പങ്കെടുത്തിട്ടുണ്ട്. സംസ്ഥാന വിദ്യാഭ്യാസ ഇൻസ്റ്റിറ്റ്യൂട്ടിന്റെ പ്രൈമറി-ഹൈസ്കൂൾ അദ്ധ്യാപകർക്കുള്ള ധാരാളം ഇൻസർവീസ് കോഴ്സുകളിൽ റിസോഴ്സ് പേഴ്സനായി പ്രവർത്തിച്ചിട്ടുണ്ട്. സംസ്ഥാനത്തെ ഗണിതശാസ്ത്ര ടെക്സ്റ്റ് ബുക്ക് കമ്മിറ്റി അംഗമായിരുന്നു. കേരള സർക്കാരിന്റെ കീഴിലുള്ള സംസ്ഥാന ബാലസാഹിത്യ ഇൻസ്റ്റിറ്റ്യൂട്ടിന്റെ ഗവേണിങ്ങ് ബോഡി അംഗവും *തളിര്* മാസികയുടെ പത്രാധിപസമിതി അംഗവുമാണ്.

ബാലസാഹിത്യത്തിനുള്ള സമഗ്രസംഭാവനയ്ക്കുള്ള അവാർഡ്, ശാസ്ത്രഗ്രന്ഥത്തിനുള്ള കേരളസർക്കാരിൻെറ അവാർഡ്, അദ്ധ്യാപക അവാർഡ്, ചൗഹാൻ ജന്മശതാബ്ദി പുരസ്കാരം, കേരള സാഹിത്യ അക്കാദമി അവാർഡ്, ആശ്രയ ബാലസാഹിത്യകേന്ദ്ര അവാർഡ് തുടങ്ങിയവ പുരസ്കാരങ്ങളിൽ ചിലതുമാത്രം. എഴുപതോളം കൃതികളുടെ കർത്താവ്.

വിലാസം : വാരം, കണ്ണൂർ 670 594
ഫോൺ: 0497 2721526, 2708773 ,9847178201
E mail : palliyarasreedharan@yahoo.co.in
palliyara@palliyarasreedharan.com
Web : www. palliyarasreedharan.com

ഉള്ളടക്കം

ഭാഗം I

ഗണിതശാസ്ത്രം ചരിത്രവും ശാസ്ത്രവും

ഭാഗം II

ബീജഗണിതം

ഭാഗം III

ജ്യാമിതി

ഭാഗം

I

ഗണിതശാസ്ത്രം

ചരിത്രവും ശാസ്ത്രവും

1

ഗണിതശാസ്ത്രത്തിന്റെ ആരംഭം

'യഥാശിഖാ മയൂരാണാം
നാഗാനാം മണയോതഥാ
തദ്വദ് വേദാംഗശാസ്ത്രാണാം
ഗണിതം മൂർദ്ധനിസ്ഥിതം'

സുമാർ മൂവായിരം വർഷങ്ങൾക്ക് മുമ്പ് രചിക്കപ്പെട്ട വേദാംഗ ജ്യോതിഷത്തിലെ ഈ വരികൾ പുരാതന കാലത്തുതന്നെ മനുഷ്യർ ഗണിതശാസ്ത്രത്തിന് നൽകിയ പ്രാധാന്യം വ്യക്തമാക്കുന്നു. നമ്മുടെ നിത്യജീവിതത്തിൽ ഏറ്റവും പ്രാധാന്യമുള്ള ഒരു വിഷയമാണ് ഗണിതശാസ്ത്രം. ഗണിതം സർവ്വവ്യാപിയാണ്. ശാസ്ത്രങ്ങളുടെ റാണിയാണ് ഗണിതം എന്നൊരു ചൊല്ലുണ്ട്. ഇതു ഒരു അർദ്ധസത്യം മാത്രമാണ്. ശാസ്ത്രത്തിന്റെ മാത്രമല്ല എല്ലാവിഷയങ്ങളുടേയും റാണിയാണ് ഗണിതം.

ഊർജ്ജതന്ത്രം, രസതന്ത്രം, വൈദ്യശാസ്ത്രം, ബാങ്കിംഗ്, എൻജിനീയറിംഗ് തുടങ്ങിയ ശാസ്ത്രീയ മേഖലകളിൽ ഗണിതം ചെലുത്തുന്ന സ്വാധീനം നമുക്കെല്ലാം ബോധ്യമുണ്ട്. പക്ഷെ, കലാപരവും സർഗ്ഗാത്മകവുമായ രംഗങ്ങളിൽ ഗണിതം ചെലുത്തുന്ന സ്വാധീനം നാം എന്തുകൊണ്ട് ശ്രദ്ധിക്കുന്നില്ല ? 'മൂന്നും രണ്ടും, രണ്ടും മൂന്നും, രണ്ടും രണ്ടെന്നെഴുത്തുകൾ, പതിന്നാലിന്നാറുഗണം..... എന്ന നിബന്ധനയിൽ ഒതുക്കിയിട്ടുള്ള കേകാവൃത്തത്തിലുള്ള കവിതയിൽ ഗണിതമില്ലേ ? ഏതെങ്കിലും വരിയിൽ ഒര

ക്ഷരം കുറഞ്ഞാലോ കൂടിയാലോ അതു കവിതയാകുമോ ? ചിത്രകാരന്മാർ വരയ്ക്കുന്ന ഏതു ചിത്രത്തിലും ഗണിതമില്ലേ ? വിപണിയിൽ ലഭിക്കുന്നത് പരിമിതമായ എണ്ണം ചായങ്ങളേ ഉള്ളൂ; പക്ഷെ, ആയിരക്കണക്കിന് വർണ്ണങ്ങൾ ചിത്രകാരന്മാർ ഉപയോഗിക്കുന്നുണ്ട്. വിവിധ ചായങ്ങൾ വിവിധ അനുപാതത്തിൽ ചേർത്താണ് ഇത്രയേറെ വർണ്ണങ്ങൾ തയ്യാറാക്കുന്നത്. ശിൽപ്പികളും തങ്ങളുടെ ശിൽപ്പങ്ങൾ നിർമ്മിക്കുമ്പോൾ നിർബന്ധമായും ഗണിതം ഉപയോഗിക്കുന്നുണ്ട്.

സംഗീതത്തിലുമുണ്ട് ഗണിതം. രാഗങ്ങളും താളങ്ങളും ഗണിതവുമായി ബന്ധപ്പെട്ടിരിക്കുന്നു. രാഗങ്ങൾക്ക് നൽകിയ പേരുകളിൽപോലും ഗണിതമുണ്ട്. കനകാംഗി എന്നത് ഒന്നാമത്തെ രാഗവും രത്നാംഗി എന്നത് രണ്ടാമത്തെ രാഗവുമാണ്. ഗണിതശാസ്ത്രത്തിലെ 'കടപയാദി' എന്ന അക്ഷരസംഖ്യാരീതിപ്രകാരമാണ് ഈ പേരുകളുടെ സ്ഥാനം പെട്ടെന്നു മനസ്സിലാക്കുന്നത്.

ഗണിതശാസ്ത്രത്തിന്റെ അടിസ്ഥാനം സംഖ്യകളാണ്. എന്താണ് സംഖ്യകൾ ? സംഖ്യകളെ നമുക്കേറെ പരിചയമുണ്ടെങ്കിലും നിർവ്വചിക്കുക അത്ര എളുപ്പമല്ല. പ്രകൃതിയിൽ നാം സംഖ്യകൾ കാണുന്നുണ്ട്. പക്ഷികളുടെ ചിറക്, മനുഷ്യരുടെ കണ്ണ്, പുഴയുടെ കര, മുയലിന്റെ ചെവി തുടങ്ങി അനേകം വസ്തുക്കൾ കാണുമ്പോൾ നാം രണ്ട് എന്ന സംഖ്യ ഓർക്കുന്നു. ഏഴിലംപാലയും നാലുമണിപ്പൂക്കളും ദശപുഷ്പവും നമുക്ക് സംഖ്യാബോധം തരുന്നുണ്ട്. പക്ഷെ ഇവയെല്ലാം സംഖ്യകളാണോ? അല്ല. അപ്പോൾ സംഖ്യ ഒരു പ്രത്യേകത അഥവാ ഗുണം ആണെന്നു വരുന്നു. II, V, X, O എന്നിവ സംഖ്യകളെ സൂചിപ്പിക്കുന്ന ചിഹ്നങ്ങളാണ്. ഇതേ ചിഹ്നങ്ങൾ സംഖ്യകളെ സൂചിപ്പിക്കാൻ മാത്രമല്ല, മറ്റു പലതിനെയും സൂചിപ്പിക്കാൻ ഉപയോഗിക്കാറുണ്ട്. ഇവ സംഖ്യകൾ മാത്രമല്ല എന്നു വരുന്നു. ഒരു കാര്യം ഉറപ്പിച്ചു പറയാം. മനുഷ്യൻ ജനിക്കുന്നതിനു മുമ്പു തന്നെ സംഖ്യകൾ ലോകത്തിൽ ഉണ്ടായിരുന്നു.

മനുഷ്യന്റെ മനസ്സിൽ എപ്പോഴാണ് സംഖ്യ എന്ന ആശയം ഉദിച്ചത്? ചരിത്രകാരന്മാർ പലരും ഇക്കാര്യത്തിൽ ഭിന്നാഭിപ്രായക്കാരാണ്. ഒരു പക്ഷെ ഈ ഓരോ ഭിന്നാഭിപ്രായവും ശരിയാണെന്ന് സമ്മതിക്കേണ്ടി വരും. കാരണം, ഭൂമിയിൽ വ്യത്യസ്ത പ്രദേശങ്ങളിൽ മനുഷ്യർ പരസ്പരം അറിയാതെ സംസ്കാരങ്ങൾ

വളർത്തിയെടുത്തിരുന്നു. ഇരുപതിനായിരത്തിനും മുപ്പതിനായിരത്തിനും ഇടയ്ക്കുള്ള മുൻ വർഷങ്ങളിലാണ് മനുഷ്യന് സംഖ്യാബോധം ഉണ്ടായിട്ടുള്ളത് എന്ന് പൊതുവെ വിശ്വസിക്കപ്പെടുന്നു. അതിനാൽ ഗണിതശാസ്ത്രത്തിന്റെ ചരിത്രം ആരംഭിക്കുന്നത് ഈ വർഷങ്ങൾക്കിടയിലാണെന്ന് നമുക്ക് അനുമാനിക്കാം.

ഇരുപതിനായിരത്തിനും മുപ്പതിനായിരത്തിനും ഇടയ്ക്കുള്ള മുൻവർഷങ്ങളിലാണ് സംഖ്യാബോധം ആരംഭിച്ചത് എന്ന് അനുമാനിക്കാൻ ചരിത്രകാരന്മാരെ പ്രേരിപ്പിച്ചത് സംഖ്യകളെ സൂചിപ്പിക്കാൻ മൃഗങ്ങളുടെ എല്ലുകൾ ഉപയോഗിച്ചിരുന്നു എന്ന കണ്ടുപിടുത്തമാണ്. ഭൂപര്യവേഷണത്തിനിടെ ഗവേഷകന്മാർ അഞ്ചിന്റെയും പത്തിന്റേയും കൂട്ടങ്ങളായി വെച്ച എല്ലുകൾ ചില ഗുഹകളിൽ നിന്ന് കണ്ടെത്തുകയുണ്ടായി. ഈ എല്ലുകളുടെ കാലപ്പഴക്കം നിർണ്ണയിച്ചാണ് ഈ കാലയളവിലേക്ക് സംഖ്യാബോധത്തിന്റെ ആരംഭം തിട്ടപ്പെടുത്താൻ ഗവേഷകരെ പ്രേരിപ്പിച്ചത്. വ്യക്തമായ ഒരു സംഖ്യാബോധം ഇല്ലാതെ ഇങ്ങനെ എല്ലുകൾ കൂട്ടമായി വെക്കാൻ സാധിക്കില്ല എന്നാണ് ഗവേഷകരുടെ അഭിപ്രായം. മനുഷ്യർ ആദ്യകാലത്ത് സംഖ്യകളെ രേഖപ്പെടുത്താൻ മൃഗങ്ങളുടെ എല്ലുകൾ മാത്രമല്ല വടികളും ഉപയോഗിച്ചിരുന്നതായി അനുമാനിക്കപ്പെടുന്നു. എല്ലുകൾ അഥവാ വടികൾ തിരശ്ചീനമായും ലംബമായും വെച്ചുകൊണ്ട് സംഖ്യകളെ സൂചിപ്പിക്കുന്ന രീതി വികസിച്ചാണ് സംഖ്യാചിഹ്നങ്ങളും രൂപപ്പെട്ടത് എന്ന് വിശ്വസിക്കപ്പെടുന്നു. തിരശ്ചീനമായി വടി വെക്കുന്ന രീതി താഴെ കൊടുക്കുന്നു.

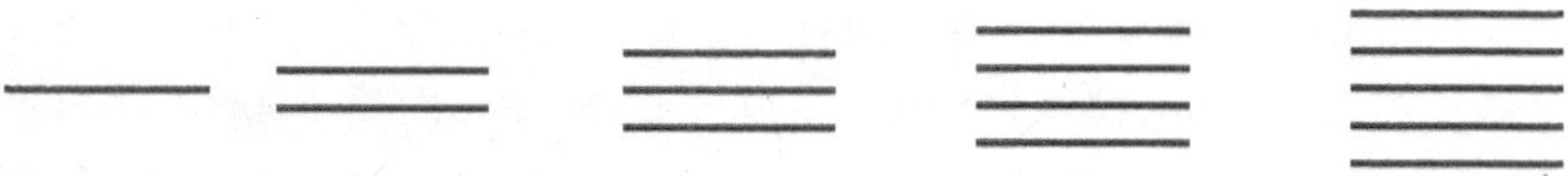

ഇതിൽ മൂന്നിനെ സൂചിപ്പിക്കുന്ന കമ്പുകളുടെ സ്ഥാനങ്ങൾക്ക് **3** എന്ന ചിഹ്നവുമായി സാമ്യത കാണാം.

സംഖ്യാചിഹ്നങ്ങളുമായി കൂടുതൽ സാമ്യത കാണുന്നത് ലംബമായി ക്രമീകരിക്കുന്നതിലാണ്. വടികളുടെ ലംബമായ ക്രമീകരണം താഴെ കൊടുത്തിരിക്കുന്നു.

ഇതിൽ I, II എന്നിവ യഥാക്രമം 1, 2 എന്നീ സംഖ്യകൾക്ക് റോമൻ രീതിയിലുള്ള ചിഹ്നങ്ങളാണ്. ഇങ്ങനെ കുറെ വടികൾ ചേർത്തുവെച്ച് സംഖ്യകളെ സൂചിപ്പിക്കുന്നത് പ്രയാസമുണ്ടാക്കിയപ്പോഴാണ് സംക്ഷിപ്തമായ ചിഹ്നങ്ങൾക്ക് വേണ്ടി ആലോചിച്ചത്. മനുഷ്യന് ഒരു കയ്യിൽ 5 വിരലുകൾ ഉള്ളതുകൊണ്ടാണ് നിവർത്തിപ്പിടിച്ച കൈയുടെ ആകൃതിയായ V ഉപയോഗിച്ച് അഞ്ചിനെ സൂചിപ്പിക്കാമെന്ന് അവർ തീരുമാനിച്ചത്. പത്തിനെ സൂചിപ്പിക്കാൻ രണ്ട് V ആണ് ഉപയോഗിച്ചിരുന്നത്. ക്രമേണ ഇവ കൂട്ടിച്ചേർത്ത് X ൽ എത്തി. ഇങ്ങനെ സംഖ്യാചിഹ്നങ്ങൾ രൂപപ്പെടുന്നതിൽ എല്ലും വടിയുമൊക്കെ സഹായിച്ചിരുന്നു എന്ന് മനസ്സിലാക്കാം.

സംഖ്യകളെ രേഖപ്പെടുത്തുവാൻ പുരാതനകാലത്ത് ഉപയോഗിച്ചിരുന്ന മറ്റൊരു വഴിയായിരുന്നു കല്ലുകൾ. ആട്ടിടയന്മാർ തങ്ങൾ മേയാൻ വിട്ട ആടുകളെല്ലാം തിരിച്ചെത്തിയോ എന്നറിയാൻ ഈ രീതിയാണത്രേ ഉപയോഗിച്ചിരുന്നത്. ഓരോ ആടിനെ മേയാൻ വിടുമ്പോഴും ഓരോ കല്ലുവീതം ഒരു സ്ഥലത്ത് കൂട്ടിവെക്കും. ഓരോ ആടും തിരിച്ചു വരുമ്പോൾ ഓരോ കല്ല് നീക്കം ചെയ്യും. കൂമ്പാരത്തിൽ നിന്ന് എല്ലാ കല്ലുകളും നീക്കം ചെയ്തു കഴിഞ്ഞാൽ എല്ലാ ആടുകളും തിരിച്ചെത്തിയെന്ന് അനുമാനിക്കും. കല്ല് ബാക്കിയായാൽ ആടുകളെ തേടി കണ്ടുപിടിക്കാൻ ശ്രമിക്കും.

വള്ളിയിലോ ചരടിലോ കയറിലോ കെട്ടുകൾ ഉണ്ടാക്കി സംഖ്യകളെ സൂചിപ്പിച്ചിരുന്നത്രേ. മൂന്ന് എന്ന് സൂചിപ്പിക്കാൻ 3 കെട്ടുകളിടും. അഞ്ചിനെ സൂചിപ്പിക്കാൻ 5 കെട്ടുകളും ഇടും. സംഖ്യകളെ രേഖപ്പെടുത്തിയിരുന്ന മറ്റൊരു രീതി വെട്ടുകൾ ഉണ്ടാക്കുകയാണ്. അൽപ്പം വണ്ണമുള്ള തടിയിൽ ആയുധമുപയോഗിച്ച് സുമാർ ഒരേ വലിപ്പമുള്ള വെട്ടുകൾ ഉണ്ടാക്കും. ഇങ്ങനെ ചെറിയ സംഖ്യകളെയെല്ലാം രേഖപ്പെടുത്താം. മനുഷ്യന് അക്കാലത്ത് അത്രയും സംഖ്യകളെ മാത്രമെ കൈകാര്യം ചെയ്യേണ്ടതുണ്ടായിരുന്നുള്ളു.

ഇങ്ങനെ കല്ലുകളും എല്ലുകളും വടികളും കെട്ടുകളും ഉപയോഗിച്ച് സംഖ്യകളെ രേഖപ്പെടുത്തിയിരുന്നെങ്കിലും ഇന്നത്തെ രീതിയിലുള്ള മൂർത്തമായ ഒരു സംഖ്യാബോധം അക്കാലത്ത് അവർക്ക് ഉണ്ടായിരുന്നില്ല എന്നു പറയാം. 'ഒന്നിനൊന്ന് പൊരുത്തപ്പെടുത്തുക' (one to one correspondence) എന്ന ആശയമാണ് അവർ

എണ്ണുന്നതിന് ഉപയോഗിച്ചിരുന്നത് എന്നു പറയാം. ഒരർത്ഥത്തിൽ പറഞ്ഞാൽ സംഖ്യകൾ കൂടാതെ തന്നെ എണ്ണാൻ സാധിക്കുന്ന ഒരു മാർഗ്ഗമാണ് 'ഒന്നിനൊന്ന് പൊരുത്തം'.

സംഖ്യകൾ ഉപയോഗിക്കാതെ മനുഷ്യൻ എങ്ങനെയാണ് എണ്ണിയിരുന്നത്? ഒരു ഉദാഹരണത്തിലൂടെ ഇത് വ്യക്തമാക്കാം. ഒരു വീട്ടിൽ ഒരു കൂട്ടുകുടുംബം ഒന്നിച്ചു താമസിക്കുന്നു എന്ന് കരുതുക. അവിടുത്തെ മുത്തശ്ശിയോട് വീട്ടിൽ എത്രയാളുകൾ ഉണ്ട് എന്ന് ചോദിച്ചാൽ 'അറിയില്ല' എന്നു പറയും. കാരണം മുത്തശ്ശിക്ക് എണ്ണാൻ അറിയില്ല. പക്ഷെ രാവിലെ മുത്തശ്ശി എല്ലാവർക്കും കൃത്യമായി ഓരോ ദോശ വീതം തയ്യാറാക്കി കൊടുക്കും. ഒന്ന് കുറയുകയോ ഒന്ന് അധികമാവുകയോ ചെയ്യുകയില്ല. എണ്ണം അറിയാതെ മുത്തശ്ശി എങ്ങനെ ഇത്ര കൃത്യമായി ദോശകൾ തയ്യാറാക്കുന്നു?

മുത്തശ്ശിയോട് ഇക്കാര്യം ചോദിച്ചാൽ മറുപടി ഇതായിരിക്കും. 'ആദ്യം ഒരു ദോശ ചുട്ടാൽ അത് മൂത്ത മോൻ ഗോപാലന്, പിന്നെ ഒരു ദോശ ചുട്ടാൽ എന്റെ മാധവന്....' അപ്പോൾ ഇവിടെ എണ്ണം നിർവ്വഹിക്കപ്പെടുന്നത് 'ഒന്നിനൊന്ന് പൊരുത്തം' എന്ന ആശയം ഉപയോഗിച്ചാണ്.

ലോകത്തിന്റെ വിവിധ ഭാഗങ്ങളിൽ കല്ലുകൾ ഉപയോഗിച്ചുള്ള എണ്ണൽ പുരാതന കാലത്ത് വ്യാപകമായി പ്രചാരത്തിലുണ്ടായിരുന്നു. സംഖ്യകൾ കൈകാര്യം ചെയ്യുന്ന ഗണിതശാസ്ത്രശാഖയായ അങ്കഗണിതം കല്ലുകളിൽ കൂടിയാണ് ആരംഭിച്ചു വികാസം പ്രാപിച്ചത് എന്നു പറയാം. Calculus എന്ന ലാറ്റിൻ വാക്കിന് കല്ല് എന്നാണ് അർത്ഥം. calculus എന്ന വാക്കിന് Calculate അഥവാ കണക്കു കൂട്ടുക, എണ്ണം കണക്കാക്കുക എന്നീ അർത്ഥങ്ങളാണ് കൽപ്പിച്ചിരിക്കുന്നത്. ഇപ്പോൾ ഇത് ഗണിതശാസ്ത്രത്തിലെ ഒരു പ്രത്യേക ശാഖയാണെങ്കിലും ഈ ശാഖ ഗണിതശാസ്ത്രത്തിൽ അടുത്ത കാലത്ത് മാത്രമാണ് രൂപംകൊണ്ടിട്ടുള്ളത്. calcul എന്ന ഫ്രഞ്ച് വാക്ക് എണ്ണം കണക്കാക്കൽ, കണക്കു കൂട്ടൽ, അങ്കഗണിതം എന്നിവ സൂചിപ്പിക്കാനാണ് ഉപയോഗിച്ചിരുന്നത്. ഫ്രഞ്ചിൽ ഈ വാക്ക് കല്ലിനെ സൂചിപ്പിക്കുന്ന പദം കൂടിയാണ്. റോമാക്കാരും ഗ്രീക്കുകാരും കുട്ടികളെ എണ്ണം പഠിപ്പിക്കുന്നതിന് കല്ലുകൾ ഉപയോഗിച്ചത് കാരണം കണക്കുകൂട്ടൽ 'doing pebbles' ആയിരുന്നു. അങ്കഗണിതക്രിയകൾ കല്ലുകൾ ഉപയോഗിച്ചാണ് ചെയ്തിരുന്നത്. കണക്കു

കൂട്ടൽക്രിയ നിർവ്വഹിക്കുന്നതിന് കല്ലുകൾ ഉപയോഗിച്ചിരുന്ന മനുഷ്യൻ ആദ്യമായി ഒരു ഉപകരണത്തിലെത്തിയത് മണിച്ചട്ടത്തിന്റെ കണ്ടുപിടിത്തത്തോടെയാണ്.

മണിച്ചട്ടം

മനുഷ്യൻ കണക്കുകൂട്ടാൻ ആദ്യമായി കണ്ടെത്തിയ ഉപകരണമായ മണിച്ചട്ടം അഥവാ abacus ഇപ്പോഴും പ്രൈമറി ക്ലാസ്സിൽ കണക്കു കൂട്ടാൻ ഉപയോഗിക്കുന്നുണ്ട്. പക്ഷെ ഉപകരണത്തിന് കാലാനുസൃതമായ മാറ്റങ്ങൾ സംഭവിച്ചിട്ടുണ്ട്. Abacus എന്ന ലാറ്റിൻ വാക്ക് abax അഥവാ abacon എന്ന ഗ്രീക്ക് വാക്കിൽനിന്ന് രൂപപ്പെട്ടതത്രേ. ഈ ഗ്രീക്ക് വാക്കുകൾക്കുള്ള അർത്ഥം മേശ, ട്രേ എന്നിങ്ങനെയാണ്. മണൽ അഥവാ പൊടി എന്നർത്ഥമുള്ള abq എന്ന വാക്കിൽനിന്നാണ് abax അഥവാ abacon രൂപപ്പെട്ടത് എന്നും വിശ്വസിക്കപ്പെടുന്നു. ആദ്യകാലത്ത് റോമിൽ ഉപയോഗിച്ചിരുന്ന മണിച്ചട്ടങ്ങളിൽ മെഴുകും ഉപയോഗിച്ചിരുന്നു. ഇന്ത്യ, ഈജിപ്ത്, ബാബിലോണിയ, ഗ്രീസ്, ചൈന തുടങ്ങിയ രാജ്യങ്ങളിലെല്ലാം കണക്കു കൂട്ടുന്നതിന് മണിച്ചട്ടങ്ങൾ ഉപയോഗിച്ചിരുന്നു. വിവിധ രാജ്യങ്ങളിൽ ഉപയോഗിച്ചിരുന്ന മണിച്ചട്ടങ്ങൾക്കു തന്നെ വലിയൊരു ചരിത്രം അവകാശപ്പെടാനുണ്ട്.

കണക്കുകൂട്ടാൻ മനുഷ്യൻ തന്റെ വിരലുകൾ ഉപയോഗിച്ചിരുന്നു. ഇപ്പോഴും പലരും കണക്കുകൂട്ടാൻ വിരലുകൾ ഉപയോഗിക്കുന്നുണ്ട്. എല്ലായ്പ്പോഴും നമ്മുടെ കൈയിൽ ഉണ്ട് എന്നുള്ളതാണ് വിരലിന്റെ ഏറ്റവും വലിയ പ്രയോജനം. അക്കങ്ങൾക്ക് നാം ഉപയോഗിക്കുന്ന digit എന്ന വാക്കുതന്നെ വിരൽ എന്നർത്ഥമുള്ള ഗ്രീക്ക് പദത്തിൽനിന്നാണ് രൂപപ്പെട്ടത്. മനുഷ്യന് പത്ത് വിരലുകൾ ഉള്ളതുകൊണ്ടാണ് പത്ത് അധിഷ്ഠാനമായ സംഖ്യകൾ പ്രചാരത്തിൽ വന്നത്. ഒന്ന്, രണ്ട്, മൂന്ന് ....എന്നിങ്ങനെ പത്ത് വരെ എണ്ണുന്നതിന് അവന്റെ കൈയിലെ വിരലുകൾ മതിയായിരുന്നു. അതിനാൽ പത്തോ അതിൽ കുറവോ ഉള്ള സംഖ്യകൾ എണ്ണുമ്പോൾ പ്രായോഗികമായി യാതൊരു പ്രയാസവും നേരിട്ടിരുന്നില്ല. പത്തിന് ശേഷമുള്ള സംഖ്യയെ സൂചിപ്പിക്കാൻ പല രാജ്യക്കാരും പ്രത്യേക ചിഹ്നങ്ങളും പേരുകളുമാണ് ഉപയോഗിച്ചിരുന്നത്. ഗണിതശാസ്ത്രത്തിലെ

ഏറ്റവും മികച്ച കണ്ടുപിടുത്തമായ പൂജ്യം എന്ന അക്കം ഭാരതീയർ കണ്ടുപിടിച്ചതോടെ സ്ഥാനവില എന്ന ആശയം രൂപപ്പെട്ടു. പത്ത് അധിഷ്ഠാനമായ ദശക്രമസംഖ്യകൾ രൂപപ്പെടുന്നതിനും ഇടയായി.

പത്തിലേറെ വസ്തുക്കൾ എണ്ണേണ്ടി വരുമ്പോഴാണ് സ്ഥാനവില ഉപയോഗിക്കേണ്ടിവന്നത്. പത്തു വരെ എണ്ണിക്കഴിഞ്ഞപ്പോൾ കൈവിരലുകൾ തീരും. പിന്നീട് ഒന്നു കൂടി എണ്ണേണ്ടി വരുമ്പോൾ 'പത്തും ഒന്നും' പിന്നീട് പത്തും രണ്ടും, പത്തും മൂന്നും..... എന്നിങ്ങനെ തുടർന്നു. അപ്പോൾ പത്ത് എന്നത് എണ്ണുന്നതിനുള്ള ഒരു block അഥവാ stage ആയി. ഇതാണ് അധിഷ്ഠാന സംഖ്യയായത്. പത്തിൽനിന്ന് പതിനൊന്നിലേക്ക് പോകുമ്പോൾ ആദ്യം എണ്ണിയ പത്തു വിരലുകളും സ്വതന്ത്രമാക്കപ്പെടുന്നു. ഈ സ്വതന്ത്രമാക്കപ്പെട്ട അവസ്ഥ അഥവാ ശൂന്യാവസ്ഥയാണ് പൂജ്യമായി പരിണമിച്ചത്. രണ്ട് പത്തിലെത്തിയപ്പോഴും ഈ ശൂന്യാവസ്ഥ ആവർത്തിക്കപ്പെട്ടു. സ്വാഭാവികമായും ഒന്നിന്റെ കൂടെ ഒന്നു ചേർന്ന് രണ്ട് ആയി. മുപ്പതുവരെ എണ്ണുമ്പോൾ രണ്ട് മൂന്ന് ആയി. ഇവിടെയുള്ള 1, 2, 3 എന്നിവ യഥാക്രമം 10, 20, 30 എന്നീ സംഖ്യകളെയാണല്ലോ സൂചിപ്പിക്കുന്നത്. ഇതാണ് സ്ഥാനവിലയായി രൂപപ്പെട്ടത്. ആദ്യത്തെ 1 മുതൽ 9 വരെയുള്ള അക്കങ്ങൾ ഒന്നാം സ്ഥാനത്തെ അക്കങ്ങൾ എന്നറിയപ്പെടുന്നു. രണ്ടാമത്തെ സ്റ്റെപ്പിലുള്ള അക്കങ്ങളെ പത്താം സ്ഥാനത്തെ അക്കങ്ങൾ എന്ന് സൂചിപ്പിക്കാം. സ്വാഭാവികമായും ഇവിടെയും 9 വരെ മാത്രമെ എത്തിച്ചേരാൻ നിവൃത്തിയുള്ളൂ. പിന്നീട് പത്തിന്റെ പത്തു മടങ്ങായ നൂറിലെത്തുന്നു. അപ്പോൾ സ്ഥാനവിലകൾ 1, 10, 100, 1000 .... എന്നിങ്ങനെ നീണ്ടു പോകുന്നു. ഇവയെ 10^0, 10^1, 10^2, 10^3......... എന്നിങ്ങനെ രേഖപ്പെടുത്താം. വളരെ പുരാതന കാലത്തുതന്നെ ഭാരതത്തിൽ 10^{17} വരെയുള്ള സംഖ്യകൾ കൈകാര്യം ചെയ്തിരുന്നു. ഭാരതത്തിലെ പ്രശസ്ത ഗണിതഗ്രന്ഥമായ *ലീലാവതി*യിൽ സംഖ്യകൾക്ക് നൽകിയ പേരുകൾ താഴെ കൊടുക്കുന്നു.

"ഏകദശ ശത സഹസ്രാ-
യുത ലക്ഷ പ്രയുത കോടയ ക്രമശഃ
അർബുദമബ്ജം, ഖർവനി-
ഖർവ്വ മഹാപത്മ ശങ്കവസ്തസ്മാൽ
ജലധിശ്ചാന്ത്യം മധ്യം

പരാർദ്ധമിതദശഗുണോത്തരാഃ സംജ്ഞാഃ
സംഖ്യയാം സ്ഥാനാനാം
വ്യവഹാരാർത്ഥം കൃതാപൂർവൈഃ"

ഈ ശ്ലോകപ്രകാരം ഒന്ന്, പത്ത്, നൂറ്, ... എന്നിങ്ങനെയുള്ള സംഖ്യകൾക്ക് പേരുകൾ ക്രമത്തിൽ ഏകം, ദശം, ശതം, സഹസ്രം, അയുതം, ലക്ഷം, പ്രയുതം, കോടി, അർബുദം, അബ്ജം, ഖർവം, നിഖർവം, മഹാപത്മം, ശംകു, ജലധി, അന്ത്യം, മധ്യം, പരാർദ്ധം എന്നിങ്ങനെയാണ്.

ലോകത്തിലെ എല്ലാ ഭാഷകളിലും സംഖ്യകൾക്ക് പ്രത്യേക പേരുകളും ചിഹ്നങ്ങളുമുണ്ട്. ഒരു ഭാഷയിലെ പേരും ചിഹ്നവും മറ്റൊരു ഭാഷയിൽ ഉപയോഗിക്കുന്നു എന്നു വരാം. ഉദാഹരണമായി നാം മലയാളത്തിൽ അക്കങ്ങളെ സൂചിപ്പിക്കാൻ 1, 2, 3, 4, ... എന്നിങ്ങനെയുള്ള ചിഹ്നങ്ങളാണ് ഉപയോഗിക്കുന്നത്. ഈ സംഖ്യാചിഹ്നങ്ങൾ ഹിന്ദു-അറബ് അക്കങ്ങൾ എന്നാണ് അറിയപ്പെടുന്നത്. മലയാളത്തിൽ ഇവ വളരെയേറെ പ്രചരിച്ചതിനാൽ ഇത് മലയാള അക്കങ്ങളാണെന്ന് പോലും സംശയിക്കപ്പെടാറുണ്ട്. ഈ അക്കങ്ങൾ ലോകത്തിന്റെ ധാരാളം ഭാഷകളിൽ പൊതുവായി ഉപയോഗിക്കപ്പെടുന്നവയാണ്. ഇവ മലയാള അക്കങ്ങളല്ല. മലയാള അക്കങ്ങൾ മലയാളികൾക്കുപോലും അപരിചിതമാണ്.

ഇന്ന് ലോകത്ത് ഭൂരിഭാഗം പ്രദേശങ്ങളിലും 1, 2, 3, 4, ... എന്നിങ്ങനെയുള്ള ഹിന്ദു-അറബ് അക്കങ്ങളാണ് ഉപയോഗിക്കുന്നതെന്ന് മുൻപ് സൂചിപ്പിച്ചുവല്ലോ. ഈ അക്കങ്ങൾ ഭാരതത്തിന്റെ സംഭാവനയാണ്. പത്ത് അധിഷ്ഠാനമാക്കിയുള്ള ദശക്രമസംഖ്യാസമ്പ്രദായം ലോകത്തിന് സംഭാവന ചെയ്തതും ഭാരതമാണ്. ലോകത്തിന്റെ മിക്ക ഭാഷകളിലും ഉപയോഗിച്ചുവരുന്ന സംഖ്യാനാമങ്ങളും ഭാരതത്തിന്റെ സംഭാവനയാണ്. സംസ്കൃതത്തിലുള്ള പേരുകളോ അവയോട് സാമ്യമുള്ള പേരുകളോ ആണ് മിക്ക ഭാഷകളിലും സംഖ്യകളെ സൂചിപ്പിക്കാൻ ഉപയോഗിക്കുന്നത്. മൂന്നിനെ സൂചിപ്പിക്കാൻ നാം 'ത്രി' എന്ന പദം ഉപയോഗിക്കാറുണ്ട്. ത്രികാലവും ത്രിദോഷവും നമുക്ക് പരിചിതമാണല്ലോ. മൂന്നിനുള്ള ഇംഗ്ലീഷ് പദവും ത്രീ തന്നെ. സെപ്തംബർ, ഒക്ടോബർ, നവംബർ, ഡിസംബർ എന്നീ ഇംഗ്ലീഷ് മാസങ്ങളിൽ കാണുന്ന സപ്ത, ഒക്റ്റ, നവ, ദശ ശബ്ദങ്ങൾ യഥാർത്ഥത്തിൽ 7, 8, 9, 10 എന്നീ സംഖ്യ

കളെ സൂചിപ്പിക്കുന്നവയാണ്. ആരംഭകാലത്ത് സെപ്തംബർ ഏഴാമത്തെ മാസവും ഡിസംബർ പത്താമത്തെ മാസവുമായിരുന്നു. പിന്നീട് വർഷത്തിന്റെ ആരംഭത്തിൽ രണ്ട് മാസങ്ങൾ കൂട്ടിച്ചേർത്തപ്പോൾ സെപ്തംബർ ഒമ്പതാമത്തെ മാസമായി. പേർ ഇപ്പോഴും ഏഴാമത്തെ മാസം എന്നു തന്നെ.

പ്രസിദ്ധ ശബ്ദകോശനിർമ്മാതാവും പദവ്യുൽപ്പത്തി ശാസ്ത്രജ്ഞനുമായിരുന്ന യാസ്ക സംഖ്യാനാമങ്ങൾ എങ്ങനെ രൂപം പ്രാപിച്ചു എന്ന് വിശദീകരിച്ചിരിക്കുന്നു. ഒന്നാമത്തെ സംഖ്യയായ ഒന്നിനെ സൂചിപ്പിക്കുന്ന പദം 'ഏക' എന്നാണല്ലോ. ഏ, കത്, എന്നീ പദങ്ങൾ ചേർന്നാണ് 'ഏക' എന്ന പദമുണ്ടായിട്ടുള്ളതെന്ന് അദ്ദേഹം വിശദീകരിക്കുന്നു. കത് എന്നതിൻെറ അർത്ഥം 'ഗത്' അഥവാ പോവുക എന്നാണ്. മറ്റ് സംഖ്യകളിലേക്കു പോകാനുള്ള, അവയിലേക്കുള്ള വഴിയാണ് 'ഒന്ന്' എന്ന സൂചന തരുന്നു. ആദ്യകാലത്ത് ഒന്ന് എന്ന സംഖ്യക്ക് സംഖ്യാപദവും ഉണ്ടായിരുന്നില്ല. സംഖ്യയുടെ സ്രഷ്ടാവായിട്ടാണ് ഒന്ന് അറിയപ്പെട്ടിരുന്നത്. ഒരു സംഖ്യയോട് ഒന്ന് കൂട്ടിയാൽ അടുത്ത സംഖ്യ കിട്ടും. ഇങ്ങനെ ഒന്നും വിട്ടുപോകാതെ എല്ലാ സംഖ്യകളേയും കണ്ടെത്താനുള്ള വഴിയാണ് 'ഒന്ന്'. മുട്ടയിൽ നിന്നാണ് കോഴിയുണ്ടാവുന്നത്. മുട്ടയെ കോഴിയുടെ കൂട്ടത്തിൽപ്പെടുത്താമോ എന്നായിരുന്നു ഒന്നിന് സംഖ്യാപദവി നിഷേധിച്ചവരുടെ ന്യായം.

ഗതു (to move) അഥവാ ചലിക്കുക എന്നർത്ഥമുള്ള ദ്രു എന്ന പദത്തിൽനിന്നാണ് ദൊ അഥവാ ദ്വി എന്ന പദം രൂപപ്പെട്ടത്. രണ്ട് സംഖ്യകളെ കടന്നുപോകുന്ന സംഖ്യ എന്ന നിലയിലാണ് മൂന്നിന് ട്ര (tra) എന്ന പേർ ലഭിച്ചത്. ഇത് പിന്നീട് ത്ര് അഥവാ ത്രയ എന്ന രൂപം പ്രാപിച്ചു. ഇംഗ്ലീഷിൽ മൂന്നിനെ സൂചിപ്പിക്കുന്ന three യിലും ത്ര് എന്ന പദം കാണാം. ഇതുപോലെ രൂപപ്പെട്ട സംഖ്യാനാമങ്ങൾ ലോകത്തിലെ പല ഭാഷകളിലും പ്രചാരത്തിൽ വന്നു.

മാനവസംസ്കാരചരിത്രത്തിലെ രണ്ട് പ്രധാന കണ്ടുപിടുത്തങ്ങളാണ് അക്ഷരങ്ങളും സംഖ്യകളും. അക്ഷരങ്ങളെ സ്വായത്തമാക്കുന്നത് അക്ഷരജ്ഞാനം എന്നും അക്കങ്ങളെ സ്വായത്തമാക്കുന്നത് അക്കജ്ഞാനം എന്നും അറിയപ്പെടുന്നു. ഇവയുടെ ചരിത്രങ്ങളിൽ ധാരാളം സമാനതകൾ കണ്ടെത്താൻ കഴിയും.

അക്ഷരങ്ങളും അക്കങ്ങളും മനുഷ്യൻ കണ്ടെത്തിയത് ഏതാണ്ട്

ഒരേ കാലഘട്ടത്തിലാണ്. ഇവയുടെ വികാസത്തിലുണ്ടായ വിവിധ പടികൾ സമാനസ്വഭാവം പുലർത്തുന്നവയാണ്. ഓരോ ഭാഷയിലേയും അക്ഷരങ്ങൾക്ക് ധാരാളം രൂപഭേദങ്ങൾ സംഭവിച്ചിട്ടുണ്ട് എന്ന് അവയുടെ ചരിത്രം പരിശോധിച്ചാൽ നമുക്ക് മനസ്സിലാക്കാൻ കഴിയും. ഇതുപോലെയുള്ള ധാരാളം മാറ്റങ്ങൾ അക്കങ്ങളുടെ ലിഖിതരൂപത്തിനും വാഗ്‌രൂപത്തിനും സംഭവിച്ചിട്ടുണ്ട്.

ഭാഷയിൽ അക്ഷരങ്ങളും അക്കങ്ങളും വ്യത്യസ്തങ്ങളാണെങ്കിലും ഇവ ഒന്നുതന്നെയാകുന്ന സന്ദർഭങ്ങളുമുണ്ട്. ഇപ്പോഴും I, V, X, L, M, C എന്നിവ ഇംഗ്ലീഷ് അക്ഷരങ്ങളാണെങ്കിലും ഇവ അക്കങ്ങൾ കൂടിയാണ്. റോമൻ സംഖ്യാസമ്പ്രദായത്തിൽ ഇവയ്ക്കുള്ള സ്ഥാനം എല്ലാവർക്കും അറിവുള്ളതാണല്ലോ?

സംഖ്യകളുടെ ചരിത്രം അക്ഷരങ്ങളുടെ ചരിത്രവുമായി അഭേദ്യമായി ബന്ധപ്പെട്ടിരിക്കുന്നു. പല മാനവസമൂഹങ്ങളും സംഖ്യകളെ സൂചിപ്പിക്കാൻ അക്ഷരങ്ങൾ തന്നെയാണ് ഉപയോഗിച്ചിരുന്നത്. അക്കങ്ങൾക്ക് പ്രത്യേകം ചിഹ്നങ്ങൾ ഉണ്ടായിരുന്നില്ല.

ക്രിസ്തുവിനും നൂറ്റാണ്ടുകൾക്കുമുമ്പ് ഗ്രീക്കുകാർ വികസിപ്പിച്ച 24 അക്ഷരങ്ങൾ ക്രമത്തിൽ ഒന്നു മുതൽ 24 വരെയുള്ള സംഖ്യകളെ സൂചിപ്പിക്കാൻ ഉപയോഗിച്ചിരുന്നു. അവർ ഉപയോഗിച്ചിരുന്ന അക്ഷരങ്ങളും സംഖ്യകളും താഴെക്കൊടുക്കുന്നു.

Α	1	Ι	9	Ρ	17
Β	2	Κ	10	Σ	18
Γ	3	Λ	11	Τ	19
Δ	4	Μ	12	Υ	20
Ε	5	Ν	13	Φ	21
Ζ	6	Ξ	14	Χ	22
Η	7	Ο	15	Ψ	23
Θ	8	Π	16	Ω	24

ഇവ അക്രോഫോണിക്സ് (acrophonics) എന്നറിയപ്പെടുന്നു. ജൂതന്മാർ ഇപ്പോഴും അവരുടെ ഭാഷയിലെ അക്ഷരങ്ങളാണ് സംഖ്യകളെ സൂചിപ്പിക്കാൻ ഉപയോഗിക്കുന്നത്. ഇങ്ങനെ ഒരേ ചിഹ്നം തന്നെ സംഖ്യകളേയും അക്ഷരങ്ങളേയും സൂചിപ്പിക്കുന്നതിൽ ചില പ്രശ്നങ്ങളും ഉണ്ടായിരുന്നു. ഇത് ഒഴിവാക്കാൻ സംഖ്യകളെ സൂചിപ്പിക്കുന്ന ആയിരങ്ങൾക്ക് പ്രത്യേകം അടയാളങ്ങൾ ഉപയോഗിച്ചി

രുന്നു. ഉദാഹരണമായി അക്ഷരങ്ങളുടെ മുകളിൽ ഒരു ബിന്ദു ചേർത്ത് സംഖ്യകളെ സൂചിപ്പിച്ചിരുന്നു. രണ്ടു ബിന്ദുക്കൾ ചേർത്ത് ആയിരത്തിന്റെ ഗുണിതങ്ങളെയും സൂചിപ്പിച്ചിരുന്നു. അപ്പോൾ 5-നെ സൂചിപ്പിക്കുന്ന അക്ഷരത്തിനു മുകളിൽ രണ്ട് ബിന്ദുക്കൾ കണ്ടാൽ 5000 എന്ന് കണക്കാക്കണം. പക്ഷേ ഇത്തരം ബിന്ദുക്കൾ ഇല്ലാതെതന്നെ പലപ്പോഴും അക്ഷരചിഹ്നങ്ങൾ സംഖ്യകളെ സൂചിപ്പിക്കാൻ ഉപയോഗിച്ചിരുന്നു. അലക്സാണ്ടർ നാലാമൻ ചക്രവർത്തിയുടെ കാലത്ത് (ക്രിസ്തുവിന് മുമ്പ് 323-313) ഒരു ഗ്രീക്ക് പപ്പൈറസിൽ സ്ത്രീധനമായി നിശ്ചയിക്കപ്പെട്ടിട്ടുള്ള തുകയെ സൂചിപ്പിക്കാൻ ആൽഫാ എന്ന അക്ഷരമാണ് ഉപയോഗിച്ചിരിക്കുന്നത്. ആൽഫാ എന്നത് ഒന്നാമത്തെ ഗ്രീക്ക് അക്ഷരമാണ്. എന്നാൽ ആൽഫാ ഡ്രാക്കമ എന്നതുകൊണ്ടുദ്ദേശിക്കുന്നത് ഒരു ഡ്രാക്കമയല്ല, ആയിരം ഡ്രാക്കമയാണ് എന്ന് പണ്ഡിതന്മാർ അഭിപ്രായപ്പെടുന്നു. അപ്പോൾ ഒന്നിനെ സൂചിപ്പിക്കാനും 1000 ത്തെ സൂചിപ്പിക്കാനും ഒരേ പദം തന്നെ, മറ്റ് സൂചനകളൊന്നുമില്ലാതെ, ഉപയോഗിച്ചിരുന്നു എന്ന് ഇതിൽനിന്നും മനസ്സിലാക്കാം. അല്ലെങ്കിൽ വധുവിന്റെ പിതാവ് ഒരു വലിയ പിശുക്കനാണെന്ന് അനുമാനിക്കേണ്ടിവരും എന്ന് ചരിത്രപണ്ഡിതന്മാർ അഭിപ്രായപ്പെടുന്നു.

വടക്കൻ ആഫ്രിക്കയിലെ പുരാതന ഇടയൻമാർ തങ്ങളുടെ കൈവശമുണ്ടായിരുന്ന ആടുകളെ എണ്ണാൻ ഉപയോഗിച്ചിരുന്ന രീതി വളരെ രസാവഹമാണ്. അവർ ഒന്ന്, രണ്ട്, മൂന്ന്......... എന്നിങ്ങനെയുള്ള സംഖ്യകളായിരുന്നില്ല ഉപയോഗിച്ചിരുന്നത്. അവർ ദൈവത്തിന്റെ സ്തുതിഗീതങ്ങളാണ് എണ്ണാൻ ഉപയോഗിച്ചിരുന്നത്!

നാം വസ്തുക്കളെ എണ്ണുമ്പോൾ ഏറ്റവും ഒടുവിലുള്ള എണ്ണം മാത്രമേ പരിഗണിക്കേണ്ടതുള്ളൂ എന്ന് വ്യക്തമാണല്ലോ. സാധാരണ എണ്ണം ആരംഭിക്കുന്നത് ഒന്നു മുതൽ ആയിരിക്കും. ഇങ്ങനെ മുന്നോട്ടുപോയി ഏറ്റവും ഒടുവിൽ ഉപയോഗിച്ച സംഖ്യയാണ് ആകെ എണ്ണമായി പരിഗണിക്കുന്നത്. ആഫ്രിക്കയിലെ ഇടയന്മാർ എണ്ണത്തിന് ദൈവത്തിന്റെ സ്തുതിഗീതമായ "Praise be to Allah, the Merital, The Kind........" എന്നിങ്ങനെ മുന്നോട്ടു നീങ്ങും. പ്രാർത്ഥനയുടെ അവസാനം എത്തിയ വാക്കാണ് എണ്ണമായി കണക്കാക്കിയിരുന്നത്. ഉദാഹരണമായി merital എന്ന വാക്കിലാണ് എണ്ണം അവസാനിച്ചതെങ്കിൽ ആറ് ആടുകളാണ് ഉണ്ടായിരുന്നതെന്ന് മനസ്സിലാക്കാം. അവർക്ക് അഞ്ച്, ആറ് എന്നിങ്ങനെയുള്ള സംഖ്യാസങ്കല്പങ്ങൾ ഉണ്ടായിരുന്നില്ല. ഇവിടെ ഓരോ നിശ്ചിത വാക്കും

ഒരു നിശ്ചിത സംഖ്യയുമായി ബന്ധപ്പെട്ടിരിക്കുന്നു. മാത്രമല്ല എണ്ണൽ അവർ ഒരു ദൈവികമായ കൃത്യമായി കണക്കാക്കിയിരുന്നു എന്ന് നമുക്ക് വിശ്വസിക്കാം. അപ്പോൾ അവർക്ക് എണ്ണം എന്നത് ഗണിതപരമായ ഒരു അളവ് മാത്രമല്ല ദൈവികമായ അനുഭവംകൂടിയായിരുന്നു.

അവരുടെ എണ്ണൽ ക്രിയയിലുണ്ടായിരുന്ന മറ്റൊരു രസകരമായ വസ്തുത, അവർ എണ്ണുന്നതിനുള്ള സ്തുതിഗീതം ആലപിച്ചിരുന്നത് ഒരിക്കലും ശബ്ദത്തോടുകൂടിയായിരുന്നില്ല എന്നതാണ്. മറ്റാരും കേൾക്കാതെ മൗനമായി ഈ ക്രിയ നിർവ്വഹിക്കുന്നതിനു കാരണം ദൈവികമായ വിശ്വാസമായിരുന്നു. ദൈവത്തിന്റെ ശക്തി കൊണ്ട് അഥവാ കാരുണ്യംകൊണ്ട് ലഭിച്ചവ ഉറക്കെ എണ്ണരുതെന്നും മറിച്ചായാൽ ദുഷ്ടശക്തികൾ തങ്ങളുടെ സമ്പാദ്യം നഷ്ടപ്പെടുത്താനിടയുണ്ടെന്നും അവർ വിശ്വസിച്ചിരുന്നു. അതുകൊണ്ടുതന്നെ അവർ ഒരിക്കലും സഹോദരന്മാരെയും, മക്കളെയും ആടുകളെയും മറ്റും എണ്ണുമ്പോൾ ശബ്ദം ഉണ്ടാക്കിയിരുന്നില്ല!

2

പൂജ്യം

ഗണിതശാസ്ത്രചരിത്രത്തിലെ ഏറ്റവും മഹത്തായ കണ്ടുപിടുത്തമാണ് പൂജ്യം. കമ്പ്യൂട്ടറുകളുടെ വർദ്ധിച്ചുവരുന്ന പ്രചാരത്തോടെ ഇതിന്റെ പ്രാധാന്യം നാൾക്കുനാൾ വർദ്ധിച്ചുകൊണ്ടുവരികയുമാണ്. കാരണം കമ്പ്യൂട്ടറിൽ 0, 1 എന്നീ അക്കങ്ങൾ മാത്രം ഉപയോഗിക്കുന്ന ദ്വയാംഗസമ്പ്രദായമാണ് ഉപയോഗിക്കുന്നത്.

സമതലത്തിൽ ഒഴുകിക്കൊണ്ടിരിക്കുന്ന ഒരു നദിക്ക് ചെങ്കുത്തായ, താഴ്ന്ന ഒരു പ്രതലം ലഭിക്കുമ്പോൾ വേഗത എത്ര വർദ്ധിക്കുമോ അത്രയും വലിയ ഒരു വികാസമാണ് പൂജ്യത്തിന്റെ കണ്ടുപിടുത്തത്തോടെ ഗണിതശാസ്ത്രത്തിനുണ്ടായത്. ഗണിതശാസ്ത്രത്തിന്റെ വളർച്ച മറ്റെല്ലാ ശാസ്ത്രശാഖകളും വികസിക്കുന്നതിന് കാരണമായിട്ടുണ്ട്. ഭാരതത്തിന്റെ മഹത്തായ ഈ കണ്ടുപിടുത്തത്തെപ്പറ്റി പ്രൊഫസർ ഹാൾസ്റ്റെഡ് അഭിപ്രായപ്പെട്ടതിങ്ങനെയായിരുന്നു : "ശൂന്യ ചിഹ്നത്തിന്റെ സൃഷ്ടിയുടെ പ്രാധാന്യത്തെക്കുറിച്ച് എത്ര പറഞ്ഞാലും അധികമാവില്ല. ബുദ്ബുദപ്രായമായ ഈ ശൂന്യത്തിന് ഇങ്ങനെ ഒരു വീടും പേരും ചിത്രവും ചിഹ്നവും മാത്രമല്ല ഉപകാരപ്രദമായ ശക്തിയും നൽകിയത് അതിന്റെ പ്രഭവസ്ഥാനമായ ഹിന്ദുവംശത്തിന്റെ സഹജസ്വഭാവവിശേഷത്തിന് അനുയോജ്യം തന്നെ. നിർവ്വാണത്തെ ശക്തിസംഭരണയന്ത്രങ്ങളാക്കി അടിച്ചിറക്കുന്നതുപോലെയാണിത്. ഒറ്റയ്ക്കെടുത്തു നോക്കിയാൽ

ഗണിതശാസ്ത്രപരമായ യാതൊരു സൃഷ്ടിയും ബുദ്ധിയുടെ ഉദ്ഗതിക്ക് ഇതിനേക്കാൾ കഴിവ് ഉൾക്കൊണ്ടിട്ടില്ല."

പൂജ്യം കണ്ടുപിടിച്ചത് ഭാരതീയരാണെങ്കിലും ആര്, എപ്പോൾ, എവിടെ എന്നീ ചോദ്യങ്ങൾക്ക് വ്യക്തമായ ഒരു ഉത്തരം ഇതുവരെ ലഭ്യമായിട്ടില്ല. ഒരു സംഖ്യയിൽനിന്ന് അതിനേക്കാൾ ചെറിയ ഒരു സംഖ്യ കുറച്ചാൽ മറ്റൊരു സംഖ്യ കിട്ടുമല്ലോ. പക്ഷെ, ഒരു സംഖ്യയിൽനിന്ന് അതേ സംഖ്യ കുറച്ചാലുള്ള ഫലത്തെപ്പറ്റി കാര്യമായി ആരും പരിഗണിച്ചില്ല എന്നു വേണം കരുതാൻ. ഭാരതീയർ ഈ അവസ്ഥയെ "ശൂന്യം" എന്നു വിളിച്ചു. ക്രിസ്തുവിന് മുമ്പു തന്നെ പൂജ്യത്തെപ്പറ്റി ഭാരതീയർക്ക് അറിയാമായിരുന്നുവെന്ന് ചരിത്രകാരന്മാർ അഭിപ്രായപ്പെട്ടിട്ടുണ്ട്. പുരാതനകാലത്തെ പ്രമുഖ രാജ്യതന്ത്രജ്ഞനായിരുന്ന കൗടില്ല്യൻ പല തവണ തന്റെ കൃതികളിൽ പൂജ്യത്തെ സൂചിപ്പിക്കുന്നുണ്ട്. കൗടില്യന്റെ ജീവിതകാലം ആര്യഭടന് മുമ്പാണ്. പൂജ്യം കണ്ടുപിടിച്ചത് ആര്യഭടനാണ് എന്ന് ചിലർ പ്രചരിപ്പിച്ചു കാണുന്നുണ്ട്. ഈ പ്രചാരണം അടിസ്ഥാനരഹിതമാണ്. ക്രിസ്തുവർഷം 876-ൽ രചിക്കപ്പെട്ട ശിലാലിഖിതങ്ങളിൽ പൂജ്യത്തെപ്പറ്റിയുള്ള ലിഖിതങ്ങൾ കാണപ്പെടുന്നു എന്നതും പൂജ്യത്തിന്റെ കണ്ടുപിടുത്തം ആര്യഭടനിൽ ആരോപിക്കുന്നത് തെറ്റാണെന്ന് തെളിയിക്കുന്നു.

ബാബിലോണിയക്കാരും മദ്ധ്യഅമേരിക്കയിലെ മായന്മാരും പൂജ്യത്തിന്റെ ആശയം മനസ്സിലാക്കിയിരുന്നു. പക്ഷെ, അവർ ഇതിനെ ഒരു സംഖ്യയായി പരിഗണിച്ചിരുന്നില്ല. ചിഹ്നവും നൽകിയിരുന്നില്ല.

പൂജ്യം ഉപയോഗിച്ചുള്ള ക്രിയകളെപ്പറ്റി ഭാരതത്തിൽ ആദ്യം പ്രസ്താവിച്ചു കാണുന്നത് ബ്രഹ്മഗുപ്തനാണ്. ക്രിസ്തുവർഷം 598 -660 കാലത്ത് ജീവിച്ചിരുന്ന ഇദ്ദേഹത്തിന്റെ ബ്രഹ്മസ്ഫുട സിദ്ധാന്തത്തിൽ പൂജ്യത്തിന്റെ നാലു ക്രിയകളും നൽകിയിരുന്നു.

ശ്രീധരൻ രചിച്ച *പാടീഗണിതം* എന്ന ഗ്രന്ഥത്തിൽ പൂജ്യത്തിൻറ ക്രിയകളെപ്പററി ഇങ്ങനെ പറയുന്നു:

'ക്ഷേപസമം ഖംയോഗേരാശി രവിക്റത
ഖയോജ്ഞാപഗമേ ഖസ്യ ഗുണനാധികേ
ഖംസംഗുണനേ ഖേന ച ഖമേവ'

അൽ ഖൊറാസ്മി

'ശൂന്യം' ആയി അറിയപ്പെട്ടിരുന്ന പൂജ്യം ബാഗ്ദാദ് വഴിയാണ് പാശ്ചാത്യ രാജ്യങ്ങളിൽ എത്തിയത്. പൂജ്യം പ്രചരിപ്പിക്കുന്നതിൽ നിസ്തുലമായ പങ്കു വഹിച്ച ഒരു പണ്ഡിതനാണ് അൽ ഖൊറാസ്മി (780-850). പ്രസിദ്ധ അറബി ഗണിതശാസ്ത്രജ്ഞനായിരുന്ന ഇദ്ദേഹം ഭാരതം സന്ദർശിക്കുന്നതിനിടയിലാണ് പൂജ്യത്തെ പരിചയപ്പെട്ടത്. പൂജ്യം ഉപയോഗിച്ചുള്ള ഗണിതക്രിയ അദ്ദേഹത്തിന് വളരെ ഇഷ്ടപ്പെട്ടു. അദ്ദേഹം ബാഗ്ദാദിൽ തിരിച്ചെത്തിയ ഉടനെ എളുപ്പവും വേഗതയുള്ളതുമായ ഈ സമ്പ്രദായത്തെപ്പറ്റി ഒരു ഗ്രന്ഥം രചിച്ചു. ഭാരതത്തിലെ ശൂന്യം അൽ സിഫർ ആയി രൂപാന്തരപ്പെട്ടു.

അറബിയിലെ അൽ സിഫർ ലാറ്റിനിലെത്തിയപ്പോൾ സിഫിറം ആയി മാറി. യൂറോപ്പിലൂടെ സഞ്ചരിച്ചപ്പോൾ ധാരാളം പേരുകൾ സ്വീകരിക്കാനിടയായി. സിപോസ് (Sipos), സിഫ്രോൺ (Tsipheron), സിറോൺ (Zeron), സിഫ്രാ (Cifra), സിയുറോ (Zeuro), സെനേറോ (Zenero), സൈഫർ (Cypher), സിനേറോ (Cenero), ഇസിഫ്രാ (Iziphra), സെപിറോ (Zepiro) എന്നിവയെല്ലാം പൂജ്യം സ്വീകരിച്ച പേരുകളാണ്. ഗ്രീക്കുകാർ പൂജ്യത്തെ ഒമിക്രോൺ (Omicron) എന്നാണ് വിളിച്ചത്. ഇപ്പോൾ പൂജ്യത്തെ സൂചിപ്പിക്കാനുപയോഗിക്കുന്ന O എന്ന അക്ഷരം ഒമിക്രോൺ എന്ന പദത്തിന്റെ ആദ്യാക്ഷരമാണെന്ന് ചിലർ അഭിപ്രായപ്പെടുന്നുണ്ട്. ഒരു സംഖ്യയിൽ ഏതെങ്കിലും ഒരു സ്ഥാനത്ത് അക്കമില്ലാതെ വരുമ്പോൾ ആ സ്ഥാനത്ത് ഒരു ബിന്ദു ചേർക്കുന്ന പതിവുണ്ടായിരുന്നുവെന്നും ദശാംശബിന്ദു പ്രചാരത്തിൽ വന്നതോടെ ബിന്ദുവിന് വലിപ്പം നൽകി O യിൽ എത്തിച്ചേർന്നതാണെന്നും അഭിപ്രായമുണ്ട്.

സങ്കലനത്തിലും വ്യവകലനത്തിലും പൂജ്യം നിഷ്ക്രിയനാണ്. ഗുണനത്തിൽ സംഹാരകനാണ്. എത്ര വലിയ സംഖ്യയേയും നശിപ്പിച്ച് 'താനായി' മാറാനുള്ള അത്ഭുതസിദ്ധി പൂജ്യത്തിന്റെ മാത്രം പ്രത്യേകതയാണ്. നൂറ്റാണ്ടുകൾക്കുമുമ്പു തന്നെ പൂജ്യം കൊണ്ട് ഹരിക്കാനുള്ള ശ്രമം തുടങ്ങിയിരുന്നു. ഒരു സംഖ്യയെ പൂജ്യം

കൊണ്ട് ഹരിച്ചാലുള്ള ഫലം അനന്തമായിരിക്കുമെന്ന് പറയാറുണ്ടെങ്കിലും ആധുനിക ഗണിതശാസ്ത്രജ്ഞന്മാർ പൂജ്യം കൊണ്ടുള്ള ഹരണത്തെ നിർവചിക്കാതെ മാറ്റി നിർത്തിയിരിക്കയാണ്.

0, 1 എന്നീ സംഖ്യകൾ മാത്രമുപയോഗിച്ചുള്ള ദ്വയാംഗസമ്പ്രദായത്തിന്റെ കണ്ടുപിടുത്തത്തോടെ, പൂജ്യം ലോകത്തിലെ ഏറ്റവും മികച്ച കണ്ടുപിടുത്തമെന്ന ഖ്യാതി നേടിക്കൊണ്ടിരിക്കയാണെന്ന് പറയാം.

നെഗറ്റീവ് സംഖ്യകൾ

വലിയ സംഖ്യയിൽനിന്നും ഒരു ചെറിയ സംഖ്യ കുറയ്ക്കുമ്പോൾ എല്ലായ്പ്പോഴും മനുഷ്യൻ കണ്ടുപിടിച്ച സംഖ്യകളിൽ ഒരെണ്ണം ഫലമായി ലഭിച്ചിരുന്നു. ഒരു ചെറിയ സംഖ്യയിൽനിന്നും വലിയ സംഖ്യ കുറച്ചാലുള്ള അവസ്ഥയാണ് നെഗറ്റീവ് സംഖ്യകളുടെ കണ്ടുപിടുത്തത്തിൽ എത്തിച്ചത്. ഏഴാം നൂറ്റാണ്ടിൽ ഭാരതത്തിൽ ജീവിച്ചിരുന്ന ബ്രഹ്മഗുപ്തന്റെ കൃതികളിലാണ് ഇന്ത്യയിൽ ആദ്യമായി നെഗറ്റീവ് സംഖ്യകളെപ്പറ്റി വിവരിച്ചു കാണുന്നത്. പിന്നീട് മഹാവീരന്റെ കൃതികളിലും നെഗറ്റീവ് സംഖ്യകളെപ്പറ്റിയുള്ള വിവരണം കാണാം. തുടർന്നുള്ള എല്ലാ ഹിന്ദു ഗണിതശാസ്ത്രജ്ഞൻമാരുടെയും മിക്ക കൃതികളിലും ഇവയെപ്പറ്റി പ്രതിപാദിക്കുന്നുണ്ട്. 1299-ന് മുമ്പുള്ള ഒരു ചൈനീസ് കൃതിയിലും ചിഹ്നനിയമങ്ങളെപ്പറ്റി പരാമർശിച്ചു കാണുന്നില്ല. 1299-ൽ ചുഷി കി (Chushi-kie) തന്റെ *ഗണിത പഠനങ്ങൾക്ക് ഒരു ആമുഖം* (*Sunan-hio-ki-mong*) എന്ന ഗ്രന്ഥത്തിൽ ചിഹ്നനിയമങ്ങൾ നൽകിക്കാണുന്നു. 1202-ൽ ഫിബ്നോച്ചി രചിച്ച *ലിബർ അബാസി* (*Liber Abaci*) എന്ന ഗ്രന്ഥത്തിൽ നെഗറ്റീവ് സംഖ്യകളെപ്പറ്റി യാതൊരു പരാമർശവുമില്ല. 1225-ൽ അദ്ദേഹം രചിച്ച *Flos* എന്ന ഗ്രന്ഥത്തിൽ നെഗറ്റീവ് മൂലത്തെപ്പറ്റി (negative root) പരാമർശിക്കുന്നുണ്ട്. 16-ാം നൂറ്റാണ്ടിലെ എഴുത്തുകാരിൽ നെഗറ്റീവ് സംഖ്യകൾക്ക് കൂടുതൽ പ്രാധാന്യം നൽകിയത് കാൻഡൻ ആണ്. 1544-ൽ സ്റ്റിഫൽ നെഗറ്റീവ് സംഖ്യകൾ വ്യക്തമായും പൂജ്യത്തിൽ കുറവാണെന്ന് വ്യക്തമായി പറയുകയും അതിന്റെ ഉപയോഗങ്ങളെപ്പറ്റി വിശദീകരിക്കുകയും ചെയ്തു. ചൈനക്കാർ നെഗറ്റീവ് സംഖ്യകളെ കറുത്ത നിറത്തിലും പോസിറ്റീവ് സംഖ്യകളെ ചുവപ്പു നിറത്തിലുമാണ് രേഖ

പ്പെടുത്തിയിരുന്നത്. 15ാം നൂറ്റാണ്ട് മുതലാണ് പോസിറ്റീവ് സംഖ്യകൾക്ക് പോസിറ്റീവ് എന്ന പേര് ലഭിച്ചത്. 1572-ൽ ബോംബെല്ലി മൈനസ് എന്ന വാക്ക് ഉപയോഗിച്ചു.

പത്താം നൂറ്റാണ്ടിൽ രചിക്കപ്പെട്ട *ബാക്ഷാലി മാനുസ്ക്രിപ്റ്റിൽ* ഒരു ക്രോസ് ചിഹ്നമാണ് നെഗറ്റീവ് സംഖ്യകളെ സൂചിപ്പിക്കാൻ ഉപയോഗിച്ചിരുന്നത്. 12-ാം നൂറ്റാണ്ടിൽ ജീവിച്ചിരുന്ന ഭാസ്കരാചാര്യരുടെ കയ്യെഴുത്തു പ്രതികളിൽ നെഗറ്റീവ് സംഖ്യകളെ സൂചിപ്പിക്കാൻ സംഖ്യക്ക് മുകളിൽ ഒരു വൃത്തമാണ് വരച്ചിരുന്നത്. ചില യൂറോപ്യൻ ഗണിതശാസ്ത്രജ്ഞന്മാർ മുകളിൽ ഒരു വര ചേർക്കുകയുണ്ടായി. ഈ വരയാണ് പിന്നീട് ഇപ്പോൾ സൂചിപ്പിക്കുന്ന മൈനസ് ചിഹ്നമായി രൂപപ്പെട്ടത് എന്ന് വിശ്വസിക്കപ്പെടുന്നു.

മനുഷ്യനിൽ സംഖ്യാബോധം വളർന്ന് വികസിച്ചതോടെ അവൻ വലിയ സംഖ്യകൾ കൈകാര്യം ചെയ്യാനിടയായി. സ്വാഭാവികമായും സംഖ്യകൾ തമ്മിൽ ചില ക്രിയകൾ ചെയ്യാൻ അവൻ നിർബന്ധിതനായി. അങ്ങനെ അവൻ ഗണിതശാസ്ത്രത്തിലെ അടിസ്ഥാനക്രിയകളിൽ എത്തിച്ചേർന്നു.

3

അങ്കഗണിതത്തിലെ അടിസ്ഥാനക്രിയകൾ

മനുഷ്യൻ ആദ്യം കണ്ടുപിടിച്ച സംഖ്യ 'ഒന്ന്' ആണെന്ന് പറയാം. പിന്നീട് രണ്ട്, മൂന്ന്, നാല് എന്നിങ്ങനെ മുന്നോട്ട് നീങ്ങി. ഒന്നിനോട് ഒന്ന് കൂട്ടിയല്ല രണ്ടിലെത്തിയത്, ഒന്ന് മാത്രമുള്ള പ്രകൃതി ദൃശ്യങ്ങളിൽ നിന്ന് അഥവാ നിത്യജീവിതത്തിലെ സംഭവങ്ങളിൽ നിന്ന് ഒന്ന് എന്ന ആശയം രൂപപ്പെടുത്തി. രണ്ടിനെ സൂചിപ്പിക്കുന്ന ഉദാഹരണങ്ങളിൽ നിന്ന് രണ്ടിലെത്തി; മൂന്നിനെ സൂചിപ്പിക്കുന്ന ഉദാഹരണങ്ങളിൽ നിന്ന് മൂന്നിലെത്തി; ഒന്നിനോട് ഒന്ന് കൂട്ടിയാലാണ് രണ്ടു കിട്ടുക എന്നോ ഒന്നിന്റെ ഇരട്ടിയാണ് രണ്ട് എന്നോ തുടക്കത്തിൽ ആദിമനുഷ്യൻ മനസ്സിലാക്കിയിരുന്നില്ല.

സംഖ്യാബോധം കുറേക്കൂടി വികസിച്ചതോടെ ഇവ തമ്മിലുള്ള പരസ്പരബന്ധം അവന്റെ ശ്രദ്ധയിൽപ്പെടാനിടയായി. മൂന്ന് ആടുകൾ ഉണ്ടായിരുന്ന ഒരാൾക്ക് ഒരാട് കൂടി കൈവശം വന്നപ്പോൾ നാല് ആടുകളായി, പത്ത് ആടുകളുണ്ടായിരുന്നതിൽ ഒന്ന് നഷ്ടപ്പെട്ടപ്പോൾ ഒമ്പതായി എന്നിങ്ങനെയുള്ള ഉദാഹരണങ്ങളിൽ നിന്ന് സങ്കലനം, വ്യവകലനം എന്നീ ആശയങ്ങൾ അവരിൽ രൂപപ്പെട്ടു. അടിസ്ഥാനക്രിയകളെ ചിഹ്നങ്ങൾ വഴി സൂചിപ്പിക്കാൻ ആരംഭിച്ചത് വളരെ വൈകിയാണെന്ന് പറയാം.

സങ്കലനം (addition), വ്യവകലനം (subtraction), ഗുണനം (multiplication), ഹരണം (division) എന്നീ നാല് ക്രിയകളാണ് ഗണിതശാസ്ത്രത്തിൽ അടിസ്ഥാനക്രിയകളായി കണക്കാക്കപ്പെടുന്നത്.

സ്വാഭാവികമായും ആദ്യം കണ്ടെത്തിയ ക്രിയ സങ്കലനമാണ്.

സങ്കലനത്തിനുള്ള ഇംഗ്ലീഷ് വാക്കായ addition എന്ന പദം 13-ാം നൂറ്റാണ്ടിൽ മാത്രമാണ് ഉപയോഗിച്ചു തുടങ്ങിയത്. ഫിബ്നാച്ചിയാണ് addition എന്ന വാക്കും collection എന്ന വാക്കും ഈ ക്രിയയെ സൂചിപ്പിക്കാനുപയോഗിച്ചത്. Aggregation എന്ന വാക്കും അക്കാലത്ത് ഉപയോഗിച്ചിരുന്നു. ഫിബ്നാച്ചിക്ക് ശേഷം ഒരു നൂറ്റാണ്ട് കഴിഞ്ഞ് assemble എന്ന വാക്ക് പ്രചാരത്തിൽ വന്നു. വീണ്ടും രണ്ട് നൂറ്റാണ്ടിനു ശേഷം join എന്ന വാക്ക് ഉപയോഗിക്കപ്പെട്ടു. പിന്നീട് പല പേരുകളും പ്രചാരത്തിൽ വന്നെങ്കിലും addition എന്ന വാക്കു തന്നെ കൂടുതൽ പ്രചാരത്തിലായി.

വ്യവകലനത്തിനുള്ള ഇംഗ്ലീഷ് വാക്കായ subtraction നും മറ്റു പല പേരുകൾക്കു ശേഷമാണ് പ്രചാരത്തിൽ വന്നത്. to take അഥവാ To draw away എന്ന അർത്ഥത്തിലാണ് subtraction പ്രചാരത്തിൽ വന്നത്.

Extract, detract എന്നീ വാക്കുകളും പ്രചാരത്തിലുണ്ടായിരുന്നു. Subtraction എന്നതിന് പകരം subduction എന്ന വാക്കും ലാറ്റിനിലും ഇംഗ്ലീഷിലും ഉപയോഗിച്ചിരുന്നു. diminish, deduct , rebate എന്നീ പദങ്ങളും പ്രചാരത്തിലുണ്ടായിരുന്നു. ഇപ്പോൾ പ്രചാരത്തിലുള്ള difference എന്ന വാക്ക് ആദ്യകാലത്ത് ഉപയോഗിച്ചിരുന്നില്ല. വ്യത്യാസം കാണുന്നതിന് distance എന്ന വാക്ക് 1501 ൽ ഉപയോഗിച്ചിരുന്നതായി ചരിത്രകാരന്മാർ രേഖപ്പെടുത്തിയിട്ടുണ്ട്.

ആവർത്തിച്ചുള്ള സങ്കലനം എന്ന നിലയിലാണ് ഗുണനക്രിയ പ്രചാരത്തിൽ വന്നത്. ഒരേ എണ്ണം കൂടുതൽ തവണ സങ്കലനം ചെയ്യേണ്ടി വരുമ്പോഴാണ് ഗുണനം നിർവ്വഹിക്കേണ്ടിവരുന്നത്. നാല് അടിസ്ഥാനക്രിയകളിൽ ഏറ്റവും കൂടുതൽ രീതിയിൽ നിർവ്വഹിക്കപ്പെടുന്നത് ഗുണനമാണ്. പന്ത്രണ്ടാം നൂറ്റാണ്ടിൽ ഭാരതത്തിൽ ജീവിച്ചിരുന്ന ഭാസ്കരാചാര്യർ അഞ്ചു രീതികളിലുള്ള ഗുണനത്തെപ്പറ്റി വിശദീകരിച്ചിട്ടുണ്ട്. അദ്ദേഹത്തിന്റെ വ്യാഖ്യാതാക്കൾ രണ്ടു രീതി കൂടി വിശദീകരിക്കുന്നുണ്ട്. 1494 ൽ പസിയോലി എന്ന ഗണിതശാസ്ത്രജ്ഞൻ എട്ടു രീതികൾ അവതരിപ്പിക്കുകയുണ്ടായി. മണിച്ചട്ടമുപയോഗിച്ച് സങ്കലനം, വ്യവകലനം എന്നിവ കൂടാതെ ഗുണനവും നിർവ്വഹിക്കാം . റഷ്യൻ പെസന്റ് രീതി, ചെസ് ബോർഡ് രീതി, ചരിഞ്ഞും കുത്തനെയും രീതി, റെപീഗോ രീതി തുടങ്ങി

അനേകം രീതികൾ ഗുണനത്തിനായി കണ്ടെത്തിയിട്ടുണ്ട്. ഗെലേഷ്യോ രീതി, നാപ്പിയർ കോലുകൾ, ലോഗരിതം രീതി തുടങ്ങിയ രീതികളെ ഗുണനചരിത്രത്തിലെ നാഴികക്കല്ലുകളെന്ന് വിശേഷിപ്പിക്കാം

ഗെലേഷ്യോ രീതിയിൽ ഗുണിക്കുന്നതിന് ഗുണനഫലങ്ങൾ എഴുതിയ നാടകൾ അഥവാ ചീളുകളാണ് ഉപയോഗിക്കുന്നത്. ഒരക്കത്തെ മറ്റൊരക്കം കൊണ്ട് ഗുണിക്കുമ്പോഴുള്ള ഫലം ഇത്തരം നാടകളിൽ രേഖപ്പെടുത്തുന്നു. ഒന്നാം സ്ഥാനത്തേയും പത്താം സ്ഥാനത്തേയും അക്കങ്ങൾ വേർതിരിക്കാൻ വികർണ്ണങ്ങൾ ഉപയോഗിക്കുന്നു. ഒരുദാഹരണം താഴെക്കൊടുക്കുന്നു.

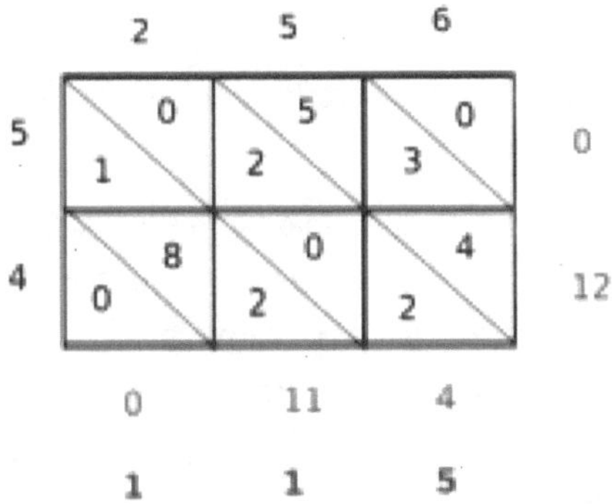

അനുയോജ്യമായ ചീളുകൾ ചേർത്തു വച്ചാണ് ഈ രീതിയിൽ ഗുണനഫലം കണ്ടുപിടിക്കുന്നത്. പാശ്ചാത്യരാജ്യങ്ങളിൽ പ്രചാരത്തിലുള്ള ഗെലേഷ്യോ രീതി ഭാരതത്തിൽ കണ്ടുപിടിച്ചതാണ്എന്ന് വിശ്വസിക്കപ്പെടുന്നു. *ലീലാവതിക്ക്* ഗണേശൻ എഴുതിയ വ്യാഖ്യാനത്തിലും ഹിന്ദുക്കളുടെ മറ്റ് കൃതികളിലും ഈ രീതി വിശദീകരിച്ചു കാണുന്നുണ്ട്. ഭാരതത്തിൽ നിന്ന് ചൈനയിലെത്തി എന്നതിന് 1593ൽ അവിടെ പ്രസിദ്ധീകരിച്ച ഒരു

നാപ്പിയർ

അങ്കഗണിതഗ്രന്ഥം തെളിവ് നൽകുന്നുണ്ട്. കൂടാതെ അറബിയിലേക്കും പേർഷ്യയിലേക്കും പോയതായും ചരിത്രം രേഖപ്പെടുത്തുന്നു. പിൽക്കാലത്ത് ഈ രീതി പരിഷ്കരിച്ച് ജോൺ നാപ്പിയർ തന്റെ നാപ്പിയർ കോലുകൾ അവതരിപ്പിച്ചു. പ്രായേണ സങ്കീർണ്ണമായ ഗണിതക്രിയ ലഘൂകരിക്കുന്നതിനുള്ള വിവിധ ശ്രമഫലമായാണ് നാപ്പിയർ തന്റെ രീതി അവതരിപ്പിച്ചത്. ഗുണനം എളുപ്പമാക്കുന്ന ഒരു രീതി എന്ന നിലയിൽ വില്യം ഔട്രഡ് അവതരിപ്പിച്ച സ്ലൈഡ് റൂളും ഗുണനചരിത്രത്തിൽ ശ്രദ്ധേയമാണ്.

ഗുണനം എളുപ്പമാക്കുന്നതിൽ, ഒരു പക്ഷേ ഏററവും വിജയിച്ചത് ലോഗരിതത്തിന്റെ കണ്ടുപിടുത്തത്തോടെയാണെന്ന് പറയാം. ഗുണനത്തെ സങ്കലനക്രിയ ആക്കി മാറ്റിയാണ് നാപ്പിയറും ബ്രിഗ്ഗ്സും ലോഗരിതം അവതരിപ്പിച്ചത്. ആധുനിക കമ്പ്യൂട്ടറുകളുടെ കണ്ടുപിടിത്തത്തോടെ ലോഗരിതത്തിന്റെ പ്രാധാന്യം കുറഞ്ഞുപോയെങ്കിലും ലോഗരിതം ഗുണനത്തിന് നല്കിയ സേവനം വിലമതിക്കാനാവാത്തതാണ്.

ഗുണനക്രിയയ്ക്ക് അനേകം വഴികൾ കണ്ടുപിടിക്കപ്പെട്ടെങ്കിലും ഗുണനപട്ടികകൾക്ക് ഇപ്പോഴും വളരെയധികം പ്രധാന്യമുണ്ട്. മിക്ക രീതികളുടേയും അടിസ്ഥാനം ഗുണനപട്ടികയാണെന്ന് പറയാം.

ഭാഗിക്കപ്പെടുക എന്ന പ്രായോഗികാവശ്യമാണ് ഹരണക്രിയയുടെ കണ്ടുപിടിത്തത്തിൽ മനുഷ്യനെ എത്തിച്ചത്. ഹരണത്തെ ഗുണനത്തിന്റെ വിപരീതക്രിയയായി വ്യാഖ്യാനിക്കാം. ഇത് അടിസ്ഥാനഅങ്കഗണിതക്രിയകളിൽ നാലാമത്തേതായി പരിഗണിക്കപ്പെടുന്നു.

ഹരണത്തിന് division എന്ന വാക്കു കൂടാതെ partition എന്ന വാക്കു കൂടി ധാരാളമായി ഉപയോഗിച്ചിരുന്നു. ചില എഴുത്തുകാർ ഏതെങ്കിലും ഒരു വാക്ക് മാത്രം ഉപയോഗിച്ചിരുന്നപ്പോൾ മറ്റു ചിലർ രണ്ട് വാക്കുകളും ഉപയോഗിച്ചിരുന്നു.

വളരെ പ്രയാസപ്പെട്ട ഒരു ക്രിയ ആയിട്ടാണ് ഹരണം മുമ്പുകാലത്ത് പരിഗണിക്കപ്പെട്ടിരുന്നത്. ഈ ക്രിയയുടെ പ്രയാസം പരിഗണിച്ചുകൊണ്ട് പതിനഞ്ചാം നൂറ്റാണ്ടുവരെ കുട്ടികളെ ഈ ക്രിയ പഠിപ്പിച്ചിരുന്നില്ല. ഒരു മനുഷ്യന് നന്നായി ഹരിക്കാൻ സാധിക്കുമെങ്കിൽ അവന് എല്ലാ കാര്യങ്ങളും എളുപ്പമായിരിക്കുമെന്ന് പാസി

യോലി എന്ന ഗണിതശാസ്ത്രജ്ഞൻ 1494ൽ അഭിപ്രായപ്പെടുകയുണ്ടായി. കുട്ടികൾക്ക് ഹരണം പഠിപ്പിക്കേണ്ടിവരുന്ന സന്ദർഭങ്ങളിൽ തന്നെ ഏറ്റവും ലഘുവായ ഉദാഹരണങ്ങൾ മാത്രമേ നല്കിയിരുന്നുള്ളൂ.

ഗുണനത്തിന്റെയത്ര വിവിധരീതികൾ ഹരണത്തിന് ഉപയോഗിക്കുന്നില്ലെങ്കിലും ഹരണത്തിന് വ്യത്യസ്ത രീതികൾ ലോകത്തിന്റെ വിവിധ ഭാഗങ്ങളിൽ പ്രചരിച്ചിരുന്നു. സങ്കലനം, വ്യവകലനം, ഗുണനം എന്നീ മൂന്ന് ക്രിയകളും പൊതുവേ ആരംഭിക്കുന്നത് ഒന്നാം സ്ഥാനത്തു നിന്നാണ്. ഒന്നാം സ്ഥാനത്ത് നിന്നാരംഭിച്ച് പത്താം സ്ഥാനം, നൂറാം സ്ഥാനം എന്നിങ്ങനെ മുന്നോട്ട് നീങ്ങുന്നു. പക്ഷേ ഹരണക്രിയ ആരംഭിക്കുന്നത് നേരെ വിപരീത ദിശയിലാണ്. തന്നിരിക്കുന്ന സംഖ്യയിലെ ഏറ്റവും വലിയ സ്ഥാനവിലയുള്ള അക്കത്തിൽനിന്നാണ് ഹരണം ആരംഭിക്കുന്നത്.

ഘടകങ്ങൾ ഉപയോഗിച്ച് ഹരിക്കുന്ന വിധം ഭാരതത്തിലെ പ്രശസ്ത ഗണിതപണ്ഡിതൻ ശ്രീധരൻ തൻെറ *ത്രിശതിക* എന്ന ഗ്രന്ഥത്തിൽ വിശദമായി പ്രസ്താവിച്ചിട്ടുണ്ട്. മുന്നൂറ് ശ്ലോകങ്ങൾ ഉള്ളതുകൊണ്ടാണ് ഈ ഗ്രന്ഥത്തിന് ത്രിശതിക എന്ന പേർ ലഭിച്ചത്. പത്താം നൂററാണ്ടാണ് ശ്രീധരൻെറ ജീവിതകാലം.

ചതുഷ്ക്രിയകളുടെ ചിഹ്നങ്ങൾക്കും നൂറ്റാണ്ടുകളോളം നീണ്ടുനിൽക്കുന്ന ചരിത്രം അവകാശപ്പെടാനുണ്ട്. 1456-ലേതെന്നു കരുതപ്പെടുന്ന ഒരു ജർമ്മൻ കയ്യെഴുത്തുപ്രതിയിൽ സങ്കലനത്തെ സൂചിപ്പിക്കാൻ et എന്നാണ് ഉപയോഗിച്ചിരിക്കുന്നത്. തുടർന്ന് മറ്റു പല കയ്യെഴുത്തു പ്രതികളിലും ഇത് ആവർത്തിച്ചതായി കാണുന്നു. ഉദാഹരണമായി 5+7 നെ സൂചിപ്പിക്കാൻ 5 et 7 എന്നാണ് ഉപയോഗിച്ചിരുന്നത്. കാലക്രമേണ et എന്ന പദം + ആയി പരിണമിച്ചു എന്ന് വിശ്വസിക്കപ്പെടുന്നു.

വ്യവകലനത്തിനുള്ള (-) എന്ന ചിഹ്നത്തിന്റെ ആരംഭത്തിന്റെ കാര്യത്തിൽ തർക്കങ്ങൾ നിലവിലുണ്ട്. നെഗറ്റീവ് സംഖ്യകളെ സൂചിപ്പിക്കാൻ സംഖ്യകളുടെ മുകളിൽ ഒരു ചെറിയ വര ചേർക്കുന്ന പതിവുണ്ടായിരുന്നു. ഈ ചെറിയ വരയാണ് വ്യവകലനക്രിയയ്ക്കുള്ള ചിഹ്നമായി മാറിയതെന്നാണ് ചിലരുടെ അഭിപ്രായം. 1489-ൽ വിഡ്മാന്റെ അങ്കഗണിതത്തിലാണ് (+), (-) എന്നീ ചിഹ്നങ്ങൾ ആദ്യമായി അച്ചടിച്ചു കാണുന്നത്. പക്ഷെ ഗണിതക്രി

യയ്ക്കുള്ള ചിഹ്നമായിട്ടല്ല ഈ ചിഹ്നങ്ങൾ ഉപയോഗപ്പെടുത്തിയത്. 1514-ൽ ഡച്ച് ഗണിതശാസ്ത്രജ്ഞൻ വാന്റർ ഫോക്കെ ആണ്. (+), (-) എന്നീ ചിഹ്നങ്ങൾ ഒരു ബീജഗണിതഗ്രന്ഥത്തിൽ ആദ്യമായി അച്ചടിച്ചു പ്രസിദ്ധീകരിച്ചത്. തുടർന്ന് 1818-ൽ ഗ്രെമാറിയസ് ഈ ചിഹ്നങ്ങൾ ഉപയോഗിച്ചു. അങ്കഗണിതക്രിയകളെ സൂചിപ്പിക്കാൻ ഈ ചിഹ്നങ്ങൾ ആദ്യമായി ഉപയോഗിച്ചത് 1556-ൽ ജോർജ്ജ് വാക്കൽ ആണ്.

ഗുണനത്തിനുള്ള ചിഹ്നമായ X സുമാർ 1600-ൽ ഇംഗ്ലണ്ടിലാണ് ആരംഭിച്ചത്. നേപ്പിയറിന്റെ ലോഗരിതഗ്രന്ഥത്തിന്റെ ഒരു തർജ്ജുമയുടെ രണ്ടാം പതിപ്പിൽ എസ്പേഡ് റൈറ്റ് ഗുണനത്തെ സൂചിപ്പിക്കാൻ ഈ ചിഹ്നം ചെറുതായി ഉപയോഗിച്ചു. സാധാരണ വലിപ്പത്തിൽ, ഗുണനത്തെ സൂചിപ്പിക്കുന്ന ചിഹ്നമായി ഇത് ആദ്യമായി ഉപയോഗിച്ചത് ഔട്ട്റെഡ് ആണെന്ന് വിശ്വസിക്കപ്പെടുന്നു.

ഹരണത്തെ സൂചിപ്പിക്കാൻ ഇപ്പോൾ ഉപയോഗിക്കുന്ന ചിഹ്നം ആദ്യകാലത്ത് യൂറോപ്പിൽ വ്യവകലനത്തിനാണ് ഉപയോഗിച്ചിരുന്നത്. ചില ഇറ്റാലിയൻ ബീജഗണിതശാസ്ത്രജ്ഞന്മാരാണ് ഈ ചിഹ്നം ഹരണത്തെ സൂചിപ്പിക്കാൻ ഉപയോഗിച്ചുതുടങ്ങിയത്. 1622 മുതൽ 1676 വരെ ജീവിച്ചിരുന്ന ജോൺ ഹെൺറിച്ച് *ട്യൂട്ടസ്* രചിച്ച *ആൾജിബ്രം* എന്ന ഗ്രന്ഥത്തിലാണ് ഈ ചിഹ്നം ആദ്യമായി അച്ചടിച്ചു വന്നത്. ഡോ. പെൽ ഇംഗ്ലണ്ടിൽ ഈ ചിഹ്നം പ്രചരിപ്പിച്ചു. നാല് അടിസ്ഥാന ക്രിയകൾ കൂടാതെ പകുതിയാക്കൽ, ഇരട്ടിയാക്കൽ, വർഗ്ഗമൂലം കാണൽ തുടങ്ങിയ ക്രിയകളും ഗണിതശാസ്ത്രത്തിൽ ഉപയോഗിക്കുന്നുണ്ട്.

മനുഷ്യൻ സംഖ്യ എന്ന ആശയത്തിൽ എത്തിയതോടെ ഗണിതശാസ്ത്രം ആരംഭിച്ചു എന്നു പറയാം. കൂടുതൽ കൂടുതൽ സംഖ്യകൾ കണ്ടെത്തുകയും വിവിധ ക്രിയകൾക്ക് അവയെ വിധേയമാക്കിക്കൊണ്ടിരിക്കുകയും ചെയ്തപ്പോൾ ഗണിതശാസ്ത്രത്തിന്റെ വികാസം ആരംഭിച്ചു. പിന്നീട് വിവിധ ശാഖോപശാഖകളായി ഗണിതം വികസിച്ചുകൊണ്ടിരുന്നു. ഗണിതശാസ്ത്രത്തിന്റെ ഒരു ശാഖ എന്ന നിലയിൽ ആദ്യം രൂപപ്പെട്ടത് അങ്കഗണിതമാണെന്ന് പറയാം.

4

അങ്കഗണിതത്തിന്റെ ചരിത്രം

പുരാതനഗ്രീക്കുകാർക്ക് സംഖ്യകളുമായി ബന്ധപ്പെട്ട രണ്ട് വിജ്ഞാനശാഖകളുണ്ടായിരുന്നു. അങ്കഗണിതവും (Arithmetic) ലോജിസ്റ്റിക്കും (Logistic). അങ്ക ഗണിതമെന്നത് സംഖ്യാസിദ്ധാന്തവും (theory of numbers) ലോജിസ്റ്റിക് എന്നത് കണക്കു കൂട്ടുന്ന കലയും (art of calculating) ആയിരുന്നു. പേരിൽ ചെറിയ വ്യതിയാനങ്ങളുണ്ടായിരുന്നെങ്കിലും അച്ചടിയുടെ കാലംവരെ ഇവ പ്രത്യേക ശാഖകളായിത്തന്നെയാണ് വളർന്നത്. പതിനാറാം നൂറ്റാണ്ടായതോടെ പലരും രണ്ടു ശാഖയ്ക്കും പൊതുവായി അങ്കഗണിതമെന്ന പേര് ഉപയോഗിക്കാൻ തുടങ്ങി. മറ്റ് പല പേരുകൾക്കും സംഭവിച്ചതുപോലെ arithmetic എന്ന വാക്കിനും കാലാനുസൃതമായി പല മാറ്റങ്ങളും വന്നിട്ടുണ്ട്. മധ്യകാലഘട്ടത്തിൽ ഒരു r കൂടി ച്ചേർന്ന് "arithmetric" എന്ന് ഉപയോഗിച്ചിരുന്നു. 1140-ൽ ജോന്നെസ് ഹിസ്പാലെൻസിസ് (Johnnes Hispalensis) "arishmatrica" എന്നുപയോഗിച്ചിരുന്നു. അമ്പതു വർഷങ്ങൾക്കു ശേഷം ഫിബൊനാച്ചി (Fibonacci) ഇതിലെ ആദ്യത്തെ "A" വിട്ടുകളഞ്ഞ് "rismetrica" എന്ന് ഉപയോഗിക്കുകയുണ്ടായി. "Logestic" എന്ന പേരിനും ഇതുപോലെ പല രൂപഭേദങ്ങളും ഉണ്ടായിട്ടുണ്ട്.

ഇന്ന് സംഖ്യകളെ ഭാജ്യസംഖ്യകൾ, അഭാജ്യസംഖ്യകൾ, അതീതസംഖ്യകൾ, ബീജീയസംഖ്യകൾ എന്നിങ്ങനെ പല ഭാഗങ്ങളായി തരംതിരിച്ചിട്ടുണ്ട്. ഏററവും പ്രാചീനകാലത്ത് സംഖ്യകളെ മൂന്നാ

യിട്ടാണ് തരംതിരിച്ചിരുന്നത്. വിവിധ സംഖ്യകളെ കൈവിരലുകൾകൊണ്ട് സൂചിപ്പിക്കുന്നതിനെ അടിസ്ഥാനമാക്കിയാണ് ഇങ്ങനെ മൂന്നായി തരംതിരിച്ചിട്ടുള്ളത്. "fingers" (digiti) " joints" (articuli) composits (compositi) എന്നിവയായിരുന്നു ഈ മൂന്ന് വിഭാഗങ്ങൾ. Fingers ഉം Joints ഉം ചേർന്നവയാണ് Composits. ഒന്നിന് ആദ്യകാലത്ത് സംഖ്യാപദവി നല്കിയിരുന്നില്ല. അതിനാൽ 2 മുതൽ 9 വരെയുള്ള 8 സംഖ്യകളാണ് വിരലുകൾകൊണ്ട് സൂചിപ്പിച്ചിരുന്നത്. 10,20,30,40 എന്നിങ്ങനെ പത്തുകൾ ഉൾപ്പെട്ടവയാണ് വിരൽ മടക്കുകൾ. 14, 25, 36 തുടങ്ങിയവ മിശ്രസംഖ്യകൾക്ക് ഉദാഹരണങ്ങളാണ്. 10,20,30....... തുടങ്ങിയ സംഖ്യകൾ പിന്നീട് 'ആർട്ടിക്കിൾ' എന്നറിയപ്പെടാൻ തുടങ്ങി. ഇവ തൊണ്ണൂറ് വരെ 9 ആയി പരിമിതപ്പെടുത്തിയിരുന്നുവെങ്കിലും ചിലപ്പോൾ പത്തിന്റെ ഏത് ഗുണിതവും ഈ വിഭാഗത്തിൽ ഉൾപ്പെടുത്തിയിരുന്നു. ഇവ ദശാംശസംഖ്യകൾ (decimal numbers) എന്നും അറിയപ്പെട്ടിരുന്നു.

ഫിബൊനാച്ചിയെപ്പോലുള്ള എഴുത്തുകാർ ഈ വിഭാഗങ്ങളെ പാടെ ഉപേക്ഷിക്കുകയും പൂജ്യം ഉൾപ്പെടുന്ന ഹിന്ദു-അറബിക്ക് സംഖ്യാസമ്പ്രദായം പ്രചരിപ്പിക്കുകയും ചെയ്തു.

വളരെക്കാലം മുമ്പ് തന്നെ ലോകത്തിന്റെ മിക്കവാറും പ്രദേശങ്ങളിൽ സംഖ്യകളെ ഒറ്റ (odd) ഇരട്ട (even) എന്നിങ്ങനെ വേർതിരിച്ചിരുന്നു. മാത്രമല്ല ഇവയെ അടിസ്ഥാനമാക്കി ധാരാളം വിശ്വാസങ്ങളും കളികളും പ്രചരിക്കാനിടയായി.

ഒറ്റസംഖ്യകൾ ഭാഗ്യസംഖ്യകളായിട്ടാണ് പല ജനവിഭാഗങ്ങളും കണക്കാക്കിയിരുന്നത്. പക്ഷേ പതിമൂന്ന് എന്ന സംഖ്യ ഏറ്റവും നിർഭാഗ്യസംഖ്യയായി ഇന്നും കണക്കാക്കുന്നവരുണ്ട്. അവസാനത്തെ അത്താഴത്തിന് പതിമൂന്ന് പേർ പങ്കെടുക്കാനിടയായതോടെയാണ് പതിമൂന്നിന് നിർഭാഗ്യസംഖ്യ എന്ന പേർ വന്നു ചേർന്നതെന്ന് വിശ്വസിക്കപ്പെടുന്നു. അതേ സമയം പതിമൂന്ന് ഒരു ഭാഗ്യസംഖ്യയായി കണക്കാക്കുന്നവരുമുണ്ട്.

ഒറ്റ സംഖ്യകൾ ഭാഗ്യസംഖ്യകളായി കണക്കാക്കാൻ ഇടയായത് ഇവ പുരുഷസംഖ്യകളായതിനാലത്രേ. ഒറ്റസംഖ്യകൾ അഥവാ പുരുഷ സംഖ്യകൾ ദിവ്യവും സ്വർഗ്ഗീയവും (divine & heavenly) ഇരട്ടസംഖ്യകൾ അഥവാ സ്ത്രീസംഖ്യകൾ മാനുഷികവും ഭൗമവും (human & earthly) ആണത്രേ. ദൈവത്തിന് ഒറ്റസംഖ്യകളോടാണ്

പ്രിയം (God delights in odd numbers) എന്ന വിശ്വാസം പൈഥഗോറസിന്റെ കാലത്തുതന്നെ ഉണ്ടായിരുന്നു. ഈ അന്ധവിശ്വാസം പിന്നീട് സാഹിത്യത്തിലും കടന്നുകൂടാനിടയായി. വില്യം ഷേക്സ്പിയറുടെ Merry Wives of Windsor എന്ന കൃതിയിൽ 'There is divinity in odd numbers, either in nativity, chance or death എന്ന് കാണാം.

സംഖ്യകളുടെ ഒറ്റ, ഇരട്ട എന്നീ തരത്തിലുള്ള വർഗ്ഗീകരണത്തെ ഗ്രീക്കുകാർ വീണ്ടും ഇരട്ട എണ്ണം ഇരട്ട, ഒറ്റ എണ്ണം ഇരട്ട എന്നിങ്ങനെ വിഭജിക്കുകയുണ്ടായി. 6,10,14....... എന്നിവ ഒറ്റ എണ്ണം ഇരട്ടയാണ്, 4,8,12........ എന്നിവ ഇരട്ട എണ്ണം ഇരട്ടകളും.

ഒരു സംഖ്യയെ അതേ സംഖ്യകൊണ്ട് ഗുണിച്ചാൽ കിട്ടുന്ന ഫലം വർഗ്ഗസംഖ്യയാണ്. വർഗ്ഗസംഖ്യ square numbers എന്നാണ് അറിയപ്പെടുന്നത്. Square എന്ന വാക്ക് ജ്യാമിതിയിൽനിന്ന് സ്വീകരിച്ചതാണ്. ഇതേപോലെ ഒരു വർഗ്ഗസംഖ്യയെ വീണ്ടും ഒരു പ്രാവശ്യം കൂടി ഗുണിച്ചാൽ കിട്ടുന്ന സംഖ്യകളുടെ പേരായ cube ഉം ജ്യാമിതിയിൽനിന്നെടുത്തതാണ്. പിന്നീട് ത്രികോണസംഖ്യകൾ (triangular numbers), പഞ്ചഭുജസംഖ്യകൾ (pentagonal numbers) എന്നീ പേരുകളും ജ്യാമിതിയിൽനിന്ന് സ്വീകരിക്കപ്പെട്ടു.

അഭാജ്യസംഖ്യകൾ

സംഖ്യയും, ഒന്നും മാത്രം ഘടകമായിട്ടുള്ള സംഖ്യകൾ അഭാജ്യസംഖ്യകൾ (prime numbers) എന്നറിയപ്പെടുന്നു. ഒന്ന് എല്ലാ സംഖ്യയുടേയും ഘടകമായിരിക്കും. സംഖ്യയും ഒന്നും ഒഴികെ മറ്റ് ഘടകങ്ങളും ഉണ്ടെങ്കിൽ സംഖ്യ ഭാജ്യസംഖ്യ ആയിരിക്കും.

അരിസ്റ്റോട്ടിൽ, യൂക്ലിഡ്, തിയോൺ ഓഫ് സ്മൈർണ എന്നിവരുടെ കാലത്തു തന്നെ സംഖ്യകളെ ഭാജ്യസംഖ്യ , അഭാജ്യസംഖ്യ എന്നിങ്ങനെ വേർതിരിച്ചിരുന്നു. 'ഒന്നുകൊണ്ടുമാത്രം ഹരിക്കാൻ സാധിക്കുന്ന സംഖ്യ' (measured by no number but by a unit alone) എന്നാണ് അക്കാലത്ത് അഭാജ്യ സംഖ്യ

ഇറാത്തോസ്തനിസ്

കൾക്ക് നിർവചനം നല്കിയിരുന്നത്.

അഭാജ്യസംഖ്യകൾ കണ്ടുപിടിക്കാനുള്ള ഒരു മാർഗ്ഗം ആവിഷ്കരിച്ചത് ഇറാത്തോസ്തനിസ് (Eratosthenes) ആണ്. ഈ മാർഗ്ഗം ഇറാത്തോസ്തനിസിന്റെ അരിപ്പ (Sieve of Eratosthenes) എന്ന് അറിയപ്പെടുന്നു.

അഭാജ്യസംഖ്യകൾ എങ്ങനെ കണ്ടുപിടിക്കാം എന്നതിന് ഇറാത്തോസ്തനിസ് നിർദ്ദേശിച്ച മാർഗ്ഗം ഇതാണ്. ഏതുവരെയുള്ള അഭാജ്യസംഖ്യകളാണോ കണ്ടുപിടിക്കേണ്ടത് അതുവരെയുള്ള എല്ലാ എണ്ണൽ സംഖ്യകളും എഴുതുക. ഇതിൽ ആദ്യത്തെ എണ്ണൽ സംഖ്യയായ ഒന്ന് ഭാജ്യമോ അഭാജ്യമോ അല്ല. അതിനാൽ ഒന്നിനെ ഒഴിവാക്കുക, അടുത്ത സംഖ്യയായ രണ്ട് അഭാജ്യസംഖ്യയാണ്. രണ്ട് ഘടകങ്ങളായ സംഖ്യകളൊന്നും അഭാജ്യമായിരിക്കില്ല. അതിനാൽ രണ്ട് ഒഴികെ രണ്ടിന്റെ ഗുണിതങ്ങളെല്ലാം വെട്ടിക്കളയുക. അടുത്തസംഖ്യ മൂന്ന് ആണ്. മൂന്ന് ഒരു അഭാജ്യ സംഖ്യയാണ്. മൂന്ന് ഒഴികെ മൂന്നിന്റെ ഗുണിതങ്ങളൊന്നും അഭാജ്യമായിരിക്കുകയില്ല. അതിനാൽ മൂന്നിന്റെ ഗുണിതങ്ങളെല്ലാം വെട്ടിക്കളയുക. ഈ രീതിയിൽ മുന്നോട്ട് പോയാൽ എത്ര വരെയുള്ള അഭാജ്യസംഖ്യകളും ഒന്നും വിട്ടുപോകാതെ കണ്ടുപിടിക്കാൻ കഴിയും. ക്രിസ്തുവിനു ശേഷം രണ്ടായിരത്തിലേറെ വർഷങ്ങൾ കഴിഞ്ഞിട്ടും എല്ലാ അഭാജ്യ സംഖ്യകളേയും കണ്ടുപിടിക്കാനുള്ള മറ്റൊരു വഴി ഇതുവരെ കണ്ടെത്താനാർക്കും സാധിച്ചിട്ടില്ല എന്നത് അദ്ദേഹത്തിന്റെ കണ്ടുപിടുത്തത്തിന്റെ മഹത്വം വ്യക്തമാക്കുന്നു.

അഭാജ്യസംഖ്യകൾക്ക് ഭാജ്യസംഖ്യകളേക്കാൾ പ്രധാന്യം ഉള്ളതുകൊണ്ട് ഇവയ്ക്ക് prime numbers എന്ന പേർ നല്കുകയുണ്ടായി. മുമ്പ് ഇവ incomposite numbers എന്നാണ് അറിയപ്പെട്ടിരുന്നത്.

പരിപൂർണ്ണസംഖ്യകൾ

ഭാജ്യസംഖ്യകളെ അവയുടെ ഘടകങ്ങളെ അടിസ്ഥാനമാക്കി പരിപൂർണ്ണസംഖ്യകൾ (perfect numbers) അധികഘടിതസംഖ്യകൾ (abundant numbers) ന്യൂനഘടിത സംഖ്യകൾ (deficient numbers) എന്നിങ്ങനെ തരംതിരിച്ചിരുന്നു. സംഖ്യ ഒഴികെ സംഖ്യയുടെ ഘടകങ്ങളുടെ തുക സംഖ്യക്ക് തുല്യമാണെങ്കിൽ അത് പരിപൂർണ്ണ സംഖ്യ എന്നറിയപ്പെടുന്നു. ആദ്യത്തെ പരിപൂർണ്ണ സംഖ്യ 6 ആണ്.

6 = 1 X 2 X 3, 1 + 2 + 3 = 6. ഇതുപോലെ 28ന്റെ ഘടകങ്ങളാണ് 1, 2, 4, 7, 14 എന്നിവ. ഇവയുടെ തുക 28 ആയതിനാൽ 28 ഒരു പരിപൂർണ്ണസംഖ്യയാണ്. 496, 8128 എന്നിവയാണ് തുടർന്നു വരുന്ന രണ്ടു പരിപൂർണ്ണ സംഖ്യകൾ.

എലിമെന്റ്സിന്റെ (elements) ഒമ്പതാം പുസ്തകത്തിൽ തന്നെ യൂക്ലിഡ് (Euclid) പരിപൂർണ്ണസംഖ്യയെപ്പറ്റി പ്രതിപാദിച്ചിരുന്നു.

ക്രിസ്തുവിന് മുമ്പ് സുമാർ 600 വർഷങ്ങൾക്കു മുമ്പ് ജീവിച്ചിരുന്ന ഥെയ്ൽസിന് മുമ്പ് സംഖ്യാസിദ്ധാന്തത്തെപ്പറ്റി വളരെ കാര്യമായ പഠനങ്ങളൊന്നും നടന്നിരുന്നില്ലെന്നാണ് ചരിത്രകാരന്മാർ രേഖപ്പെടുത്തിയിട്ടുള്ളത്. ഥെയ്ൽസ് (Thales) സംഖ്യകളുടെ പ്രത്യേകതകളെപ്പറ്റി പല കണ്ടുപിടുത്തങ്ങളും നടത്തുകയും അത് അദ്ദേഹം സ്ഥാപിച്ച അയോണിക്ക് സ്കൂളിലൂടെ, വിദ്യാർത്ഥികളെ പഠിപ്പിക്കുകയുമുണ്ടായി. അദ്ദേഹത്തിന്റെ ഏറ്റവും മിടുക്കനായ വിദ്യാർത്ഥിയായിരുന്ന പൈഥഗോറസിന് ഈ അറിവുകൾ ലഭിക്കുകയുണ്ടായി. പിന്നീട് പൈഥഗോറസിലൂടെയും അദ്ദേഹത്തിന്റെ അനുയായികളിലൂടെയുമാണ് ഗ്രീസിൽ സംഖ്യകളെപ്പറ്റിയുള്ള പഠനം വികസിച്ചത്.

പൈഥഗോറിയൻമാർക്ക് ശേഷം ഗ്രീസിൽ സംഖ്യകളെപ്പറ്റിയുള്ള പഠനം വളരെ കാര്യമായി നടത്തിയത് യൂക്ലിഡ് ആണ്. ക്രിസ്തുവിന് മുമ്പ് സുമാർ 300 വർഷങ്ങൾക്കു മുമ്പ് ജീവിച്ചിരുന്ന യൂക്ലിഡ് ജ്യാമിതിയുടെ പിതാവ് എന്നാണ് അറിയപ്പെടുന്നത്. അദ്ദേഹത്തിന് ലഭിച്ച ഈ ഒരു വിശേഷണം അങ്കഗണിതത്തിനു അദ്ദേഹം നല്കിയ സേവനം പരിഗണിക്കാതെ പോകാൻ ഒരു പരിധിവരെ ഇടയാക്കിയിട്ടുണ്ട്. അദ്ദേഹം രചിച്ച *എലിമെന്റ്സിൽ* ജ്യാമിതിയുടെ മാത്രമല്ല ഗണിതശാസ്ത്രത്തിന്റെ മറ്റ് ശാഖകളും പ്രതിപാദിച്ചിട്ടുണ്ട്. 13 പുസ്തകങ്ങൾ ഉൾക്കൊള്ളുന്ന *എലിമെന്റ്സിൽ* 2,5,7,8,9,10 എന്നീ പുസ്തകങ്ങളിൽ പൂർണ്ണമായോ ഭാഗികമായോ അങ്കഗണിതം കൈകാര്യം ചെയ്യുന്നുണ്ട്. സംഖ്യകളും ജ്യാമിതിയുമായുള്ള ബന്ധങ്ങളും ഇവയിൽ കാണാം. സംഖ്യകളെപ്പറ്റി *എലിമെന്റ്സിൽ* കാണുന്ന ചില പ്രധാന വസ്തുതകൾ താഴെക്കൊടുക്കുന്നു.

1) നാല് സംഖ്യകൾ അനുപാതത്തിലാണെങ്കിൽ, അവ ഇടവിട്ടും അനുപാതത്തിലായിരിക്കും. (7,13)

(If four numbers are proportional, they are also proportional alternately)

2) രണ്ട് സംഖ്യകൾ പരസ്പരം അഭാജ്യമാണെങ്കിൽ, അവയുടെ ഗുണനഫലങ്ങളും പരസ്പര അഭാജ്യങ്ങളായിരിക്കും (7,26)
(If two numbers are prime to two numbers, both to each, their products also will be prime to one another)

3) ഒരു വർഗ്ഗസംഖ്യ മറ്റൊരു വർഗ്ഗസംഖ്യക്ക് ഘടകം ആകുന്നില്ലെങ്കിൽ, അവ വർഗ്ഗമൂലങ്ങൾക്കും ഘടകം ആവുകയില്ല. ആവുന്നില്ലെങ്കിൽ, ചതുരശ്രഅളവ് സമചതുരത്തെ അളക്കാൻ കഴിയില്ല. (8,16)
(If a square number does not measure a square number, neither will the side measure the side, and if the side does not measure the side, neither will the side, neither will square measure the square)

4) ഒരു ഒറ്റസംഖ്യ ഒരു ഇരട്ടസംഖ്യയുടെ ഘടകമാണെങ്കിൽ അതിന്റെ പകുതിയുടെയും ഘടകമായിരിക്കും
(If an odd number measures an even number , it will also measure the half of it.)

ആർക്കിമിഡീസ്

യൂക്ലിഡിനുശേഷം അങ്കഗണിതത്തിൽ കാര്യമായ സംഭാവന നല്കിയത് ഇറാത്തോസ്തനീസാണ്. ക്രിസ്തുവിന് മുമ്പ് സുമാർ 230-ൽ ജീവിച്ചിരുന്ന ഇറാത്തോസ്തനീസിന്റെ സമകാലികനും ഒരു പക്ഷേ സുഹൃത്തുമായിരുന്ന ആർക്കിമിഡീസും അങ്കഗണിതത്തിൽ മികച്ച കണ്ടുപിടുത്തങ്ങൾ നടത്തിയിരുന്നു. സംഖ്യകൾ രേഖപ്പെടുത്തുന്ന ഗ്രീക്ക് രീതിയിൽ മാറ്റം വരുത്തിക്കൊണ്ടും 10^8നെ അടിസ്ഥാനമാക്കി ഒരു സംഖ്യാ സമ്പ്രദായം തന്നെ അദ്ദേഹം ആവിഷ്കരിച്ചിരിക്കുന്നു. $a^m \times a^n = a^{m+n}$ എന്ന രീതിയിലുള്ള ഒരു നിയമം അദ്ദേഹം ഉപയോഗിച്ചിരുന്നു. പക്ഷേ ഇന്ന് ഈ ആശയം രേഖപ്പെടുത്തുന്നതുപോലെയുള്ള ഒരു

ലേഖനരീതി അദ്ദേഹം ആവിഷ്കരിച്ചിരുന്നില്ല.

ഗ്രീസിൽ ആർക്കിമിഡീസ് വരെയുള്ള ഗണിതശാസ്ത്രജ്ഞന്മാരുടെ കാലങ്ങളിൽ അങ്കഗണിതത്തിൽ ധാരാളം കണ്ടുപിടുത്തങ്ങൾ ഉണ്ടായിട്ടുണ്ടെങ്കിലും, അങ്കഗണിതത്തെക്കുറിച്ച് കാര്യമായ ഒരു പാഠപുസ്തകം രചിക്കപ്പെട്ടിരുന്നില്ല. ഇത്തരമൊരു പുസ്കം രചിച്ചിരുന്നത് നിക്കോമക്കസ് (Nicomachus) ആണ്. ക്രിസ്തുവിനു മുമ്പ് സുമാർ 100 വർഷങ്ങൾക്കു മുമ്പ് ജീവിച്ചിരുന്ന അദ്ദേഹം ഒരു ഗണിതശാസ്ത്രജ്ഞൻ ആയിരുന്നില്ല. പക്ഷേ പ്രാഥമിക ജ്യാമിതിയിലെ വസ്തുതകൾ സമാഹരിച്ച യൂക്ലിഡിനെപ്പോലെ അങ്കഗണിതത്തിലെ പരമാവധി ആശയങ്ങൾ അദ്ദേഹം സമാഹരിക്കുകയുണ്ടായി.

സുമാർ ഇതേ കാലഘട്ടത്തിൽ സ്മൈർണ്ണയിലെ തിയോണും (Theon of Smyrna) അങ്കഗണിതത്തിലെ ധാരാളം വസ്തുതകൾ സമാഹരിച്ചിരുന്നു. പിന്നീട് ക്രിസ്തുവർഷത്തിനുശേഷം ആറാം നൂറ്റാണ്ടിൽ ജീവിച്ചിരുന്ന ബോത്തിയസ് (Boethius) രചിച്ച അങ്കഗണിത പുസ്തകമായ *De institione libri duo* മധ്യകാലഘട്ടത്തിൽ ധാരാളം സ്കൂളുകളിൽ പാഠപുസ്തകമായിരുന്നു.

മനുഷ്യൻ ആദ്യകാലത്ത് സംഖ്യ എന്ന നിലയിൽ പൂർണ്ണസംഖ്യകൾ മാത്രമേ കൈകാര്യം ചെയ്തിരുന്നുള്ളു. സങ്കലനം, വ്യവകലനം, ഗുണനം എന്നീ അടിസ്ഥാനക്രിയകൾ ചെയ്തിരുന്നത് പൂർണ്ണസംഖ്യ ഉപയോഗിച്ച് മാത്രമായിരുന്നു. വ്യവകലനകാര്യത്തിൽ ആദ്യകാലത്ത് ഒരു വലിയ സംഖ്യയിൽനിന്ന് ചെറിയ സംഖ്യ മാത്രമേ കുറച്ചിരുന്നുള്ളൂ. പക്ഷെ ഹരണക്രിയ ആരംഭിച്ചതോടെ പൂർണ്ണസംഖ്യയല്ലാത്ത സംഖ്യകൾ കൂടി ആവശ്യമായി വന്നു. അങ്ങനെ അവൻ ഭിന്നിത (fraction) ത്തിൽ എത്തിച്ചേർന്നു.

പൊട്ടിക്കുക എന്നർത്ഥമുള്ള fragere എന്ന ലാറ്റിൻ വാക്കിൽ നിന്നാണ് ഭിന്നിതം എന്നർത്ഥമുള്ള fraction എന്ന വാക്ക് രൂപപ്പെട്ടത്. ഭിന്നിതം എന്നത് ഒരു പൂർണ്ണസംഖ്യയുടെ ഒരു ഭാഗം മാത്രം. അതുകൊണ്ടു തന്നെയാണ് ഛേദിക്കപ്പെട്ടത് എന്നർത്ഥമുള്ള പദം ഇതിനെ സൂചിപ്പിക്കാൻ ആദ്യകാല ഗണിതശാസ്ത്രജ്ഞന്മാർ ഉപയോഗിച്ചത്.

മനുഷ്യൻ ആദ്യം കണ്ടെത്തിയ സംഖ്യ പകുതി അഥവാ 1/2 ആണ്. പിന്നീട് 1/3, 2/3, 3/4 എന്നിങ്ങനെയുള്ള ഭിന്നിതങ്ങൾ പ്രചാ

രത്തിൽ വന്നു. ഒന്ന് ഭാഗിക്കപ്പെട്ടത് എന്ന ആശയത്തിൽ ഇത്തരം ഭിന്നങ്ങളുടെയല്ലാം അംശം ഛേദത്തേക്കാൾ ചെറുതായിരുന്നു.

ഛേദത്തേക്കാൾ വലിയ അംശമുള്ള ഭിന്നിതവും ഉണ്ടെന്ന് അവൻ പിന്നീടാണ് മനസ്സിലാക്കിയത്. സ്വാഭാവികമായും ഇവ അതിന് മുമ്പ് ഉപയോഗിച്ചിരുന്ന ഭിന്നിതങ്ങളിൽനിന്ന് വ്യത്യസ്തമായിരുന്നു. അപ്പോൾ അംശം ഛേദത്തേക്കാൾ കുറഞ്ഞ ഭിന്നിതങ്ങളെ സാധാരണഭിന്നിതങ്ങൾ എന്നും സാധാരണഭിന്നിതങ്ങളല്ലാത്തവയെ വിഷമഭിന്നിതങ്ങളെന്നും വിളിക്കാൻ തുടങ്ങി. പതിനാറാം നൂറ്റാണ്ടിന് ശേഷം മാത്രമാണ് വിഷമഭിന്നിതങ്ങൾ വ്യാപകമായി ഉപയോഗിക്കാൻ തുടങ്ങിയത്. 1542ൽ റെക്കോദെയും 1540ൽ ഗെമ്മ ഫ്രിസിയസും 1556ൽ ടാർട്ടാഗ്ലിയയും ഇത്തരം ഭിന്നിതങ്ങൾ ഹരണത്തിന്റെ ഭാഗമായി അവതരിപ്പിച്ചെങ്കിലും കൂടുതൽ ക്രിയകൾ ചെയ്തിരുന്നില്ല.

ഭിന്നിതത്തിന്റെ അംശത്തിന് മുകളിലത്തെ സംഖ്യ upper number എന്നും ഛേദത്തിന് താഴത്തെസംഖ്യ lower number എന്നും ആദ്യകാലത്ത് പേരുകളുണ്ടായിരുന്നു. അംശഛേദങ്ങൾ മറ്റ് പല പേരുകളിലും അറിയപ്പെട്ടിരുന്നു. അംശം മുകൾഭാഗത്തായതിനാൽ superior എന്ന പദം നൽകിയത് മുകളിലുള്ളവർക്ക് നൽകിയ പ്രാധാന്യത്തെ സൂചിപ്പിക്കുന്നുവെന്ന് പറയാം.

രണ്ട് ഭിന്നിതങ്ങളുടെ സങ്കലനം പൂർണ്ണസംഖ്യകൾ തമ്മിലുള്ള സങ്കലനം പോലെ എളുപ്പമല്ല എന്ന കാര്യം വളരെ മുമ്പു തന്നെ മനുഷ്യന്റെ ശ്രദ്ധയിൽ പെട്ടിരുന്നു. 1/2 എന്ന ഭിന്നിതവും 1/2 എന്ന ഭിന്നിതവും കൂട്ടുമ്പോൾ അംശം അംശത്തോടും ഛേദം ഛേദത്തോടും കൂട്ടിയാൽ മതിയല്ലോ. ഭിന്നിതങ്ങൾ തമ്മിലുള്ള സങ്കലനക്രിയ ചെയ്യുമ്പോൾ ഛേദം തുല്യമാക്കണമെന്നും അംശങ്ങൾ തമ്മിൽ മാത്രമേ സങ്കലനം പാടുള്ളൂ എന്നും അവൻ മനസ്സിലാക്കിയപ്പോൾ എല്ലാ ഭിന്നിതങ്ങൾക്കും പൊതുവായ ഒരു ഛേദം എന്ന ആശയം മനുഷ്യനിൽ ഉദിച്ചു. പരമാവധി ഘടകങ്ങളുള്ള ഒരു സംഖ്യ ഛേദമായി സ്വീകരിച്ചാൽ ആ പൊതുഛേദത്തെ വെച്ചുകൊണ്ട് സങ്കലനവ്യകലനങ്ങൾ എളുപ്പത്തിൽ നിർവ്വഹിക്കാമെന്ന് അവൻ മനസ്സിലാക്കി. അങ്ങനെ ഛേദം 60 വരുന്ന ഭിന്നിതങ്ങൾ ഉയോഗിക്കാൻ തുടങ്ങി. 1, 2, 3, 4, 5, 6, 10, 12, 15, 20 എന്നീ സംഖ്യകളല്ലാം ഘടകമായി വരുന്ന സംഖ്യയാണ് 60. ഏറ്റവും കൂടുതൽ ഘടകങ്ങ

ളുള്ള നൂറിൽ കുറവായ സംഖ്യയാണ് 60. അതുകൊണ്ടുതന്നെ പിന്നീടുള്ള പല കണക്കുകൂട്ടലുകൾക്കും 60-നെ അടിസ്ഥാന സംഖ്യയായി സ്വീകരിക്കാൻ തുടങ്ങി. സമയം കണക്കാക്കുന്ന പട്ടികയിൽ നേരത്തേ തന്നെ 60-ന് പ്രധാന്യം നല്കിയിരുന്നു. ഒരു മണിക്കൂറിന് 60 മിനിറ്റ്, ഒരു മിനിറ്റിന് 60 സെക്കന്റ് എന്നിവ ഉദാഹരണങ്ങളായി പറയാം. ഒരു മാസത്തിലുള്ള ദിവസങ്ങളുടെ എണ്ണം 60-ന്റെ പകുതിയാണല്ലോ കോണിന്റെ അളവിന്റെ കാര്യത്തിലും 60ന് പ്രാധാന്യം നല്കിയതായി കാണാം. 60 ഛേദമായി സ്വീകരിക്കുന്ന ഭിന്നിതങ്ങൾ sexagecimal fraction എന്ന് അറിയപ്പെടുന്നു. ബാബിലോണിയക്കാരാണ് ഇത്തരം ഭിന്നിതങ്ങൾ ആദ്യമായി അവതരിപ്പിച്ചത് എന്ന് അഞ്ചാം നൂറ്റാണ്ടിലോ ആറാം നൂറ്റാണ്ടിലോ ജീവിച്ചിരുന്ന അക്കിലിസ് ടേഷ്യസ് ഉറപ്പിച്ചു പറയുന്നുണ്ട്. ബാബിലോണിയക്കാർ ഒരു വൃത്തത്തെ 360 തുല്യഭാഗങ്ങളായും ഒരു വർഷത്തെ 360 ദിവസങ്ങളായും ഭാഗിച്ചിരുന്നു. അവർ വൃത്തത്തെ 8,12,120,240,480 എന്നിങ്ങനെ ഭാഗങ്ങളായി ഭാഗിച്ചിരുന്നുവെങ്കിലും 360 തുല്യഭാഗങ്ങളായി ഭാഗിച്ചിരുന്നില്ല എന്നും ചരിത്രകാരന്മാർ അഭിപ്രായപ്പെടുന്നുണ്ട്. പക്ഷേ ടോളമി (Ptolemy)യെപ്പോലുള്ള ഗ്രീക്ക് വാനശാസ്ത്രജ്ഞന്മാർ വൃത്തത്തെ 360 തുല്യഭാഗങ്ങളായി ഭാഗിച്ചിരുന്നു.

ഗ്രീക്കുകാർ ഒരു വൃത്തത്തിന്റെ 360-ൽ ഒരു ഭാഗത്തെ ഒരു യൂണിറ്റായി പരിഗണിക്കുകയും ഒരു ഡിഗ്രി എന്നു പേരിടുകയും ചെയ്തു. De gradus എന്ന ലാറ്റിൻ വാക്കിൽനിന്നാണ് ഡിഗ്രി എന്ന വാക്ക് രൂപപ്പെട്ടത്. ഏണി, സ്റ്റെപ്പ് എന്നൊക്കയാണ് de gradus ന്റെ അർത്ഥം. ഇതിൽ അറുപതിലൊരു ഭാഗത്തെ ഒന്നാം ഭാഗമായി (first part) കണക്കാക്കി. ഈയൊരു ചെറിയ ഭാഗം ലാറ്റിനിൽ Pars minut a prima എന്നാണ് പേർ വിളിച്ചത്. ഇത് ആദ്യത്തെ ചെറിയ അഥവാ ഭിന്നിത ഭാഗം First small or Fractional part എന്നർത്ഥമാക്കുന്നു. Pars minut a primaയിൽ നിന്നാണ് നാം ഇപ്പോൾ ഉപയോഗിക്കുന്ന മിനിറ്റ് എന്ന വാക്ക് രൂപപ്പെട്ടത്. ഒരു ഡിഗ്രിയുടെ അറുപതിലൊരുഭാഗം ഇപ്പോൾ മിനിറ്റ് എന്നാണ് അറിയപ്പെടുന്നത്.ഇതുപോലെ ഒരു മിനിറ്റിന്റെ അറുപതിലൊരുഭാഗം സെക്കന്റായി അറിയപ്പെടുന്നു (സമയഗണനയുടെ കാര്യത്തിലും ഇതേ പേർ തന്നെയാണ് ഉപയോഗിക്കുന്നത്).

ഒരു മിനിറ്റിനെ വീണ്ടും അറുപതിലൊരു ഭാഗമാക്കിയതാണ്

രണ്ടാം ഭാഗം (second part). Pars minuta secunda എന്ന ലാറ്റിൻ പദത്തിൽ നിന്നാണ് സെക്കന്റ് (Second) എന്ന പദം രൂപപ്പെട്ടത്. ഡിഗ്രി, മിനിറ്റ്, സെക്കന്റ് എന്നിവയെ ചിഹ്നങ്ങളുപയോഗിച്ച് രേഖപ്പെടുത്താറുണ്ട്. ഉദാഹരണമായി 5^{0}, 15^{1}, 30^{11} എന്നാൽ 5 ഡിഗ്രി, 15 മിനിറ്റ്, 30 സെക്കന്റ് എന്ന് അർത്ഥമാക്കുന്നു. ഈ ചിഹ്നങ്ങൾ ആധുനിക കാലത്ത് മാത്രമാണ് ഉപയോഗിക്കാൻ തുടങ്ങിയത്.

ദശാംശ ഭിന്നിതങ്ങൾ

60 എന്ന സംഖ്യ അടിസ്ഥാനമാക്കിയുള്ള ഡിഗ്രി, മിനിറ്റ് സെക്കന്റ് എന്നിവ ഗണിതക്രിയ എളുപ്പമാക്കുന്നതിൽ ഒരു പരിധി വരെ സഹായിച്ചിട്ടുണ്ട് എന്നു പറയാം. ഒരു ഡിഗ്രിയുടെ അറുപതിലൊന്നാണല്ലോ മിനിറ്റ്. അപ്പോൾ ഒരു മിനിറ്റ് = 1/60 ഡിഗ്രി എന്നു പറയാം. അതുപോലെ ഒരു സെക്കന്റ് എന്നാൽ ഒരു മിനിറ്റിന്റെ 60ലൊരു അംശമാണ്. അതായത് ഒരു സെക്കന്റ്=1/60 മിനിറ്റ്. സെക്കന്റിനെ ഡിഗ്രിയിലാക്കുമ്പോൾ 1/3600 എന്നു കിട്ടും. ഇവിടെ ഛേദങ്ങൾ 60, 3600 എന്നിവയാണല്ലോ, ഛേദം 10 ആയിട്ടുള്ള ഭിന്നിതങ്ങൾ കണക്കു കൂട്ടാൻ കുറേക്കൂടി സൗകര്യമാവും എന്ന കണ്ടുപിടുത്തം പിന്നീടാണുണ്ടായത്. പതിനാറാം നൂറ്റാണ്ടോടെയാണ് ദശാംശഭിന്നിതങ്ങൾ പ്രചാരത്തിൽ വന്നത്. 1530ൽ ക്രിസ്റ്റോഫ് റുഡോൾഫ് ആഗസ്ബർഗിൽ പ്രസിദ്ധീകരിച്ച ഗ്രന്ഥത്തിലാണ് ദശാംശഭിന്നിതങ്ങളെപ്പറ്റി ഒരു പൂർണ്ണമായ വിവരം കാണുന്നത്. 1585ൽ ഫ്ളെമിഷ് ഭാഷയിൽ സ്റ്റെവിൻ പ്രസിദ്ധീകരിച്ച ഒരു ഗ്രന്ഥത്തിൽ ദശാംശഭിന്നിതങ്ങളുടെ പ്രധാന്യത്തെപ്പറ്റി വിശദമായി പ്രതിപാദിച്ചിരുന്നു. ഇതേ വർഷം ഇതിന്റെ ഫ്രഞ്ച് വിവർത്തനമായ *ലാഡിസ്മെ* പ്രസിദ്ധീകരിക്കപ്പെട്ടു.

ദശാംശഭിന്നിതങ്ങളിലെ പൂർണ്ണസംഖ്യാഭാഗവും ഭിന്നിതഭാഗവും വേർതിരിക്കാൻ പലരും പലമാർഗ്ഗങ്ങൾ ഉപയോഗിച്ചിരുന്നു. 3^{1}, 1^{1} 2^{11}, 5^{11}, 7^{1111} എന്നിങ്ങനെയുള്ള വരകളായിരുന്നു ഒരു രീതിയെങ്കിൽ 31, 01, 02, 05, 07 എന്നായിരുന്നു മറ്റൊരു രീതി. 1592-ൽ ബൂർഗിയാണ് (Burgi) ദശാംശത്തെ വേർതിരിക്കാൻ ഒരു 'കോമ' ഉപയോഗിച്ചത്. ക്രമേണ ഈ കോമ മാറി ഒരു ബിന്ദു സ്ഥാനം പിടിച്ചു.

5

ശതമാനം

ലേലത്തിൽ വിൽക്കപ്പെടുന്ന സാധനങ്ങൾക്ക് 1/100 ഭാഗം നികുതിയായി അടയ്ക്കണമെന്ന് റോമാസാമ്രാജ്യം ഭരിച്ചിരുന്ന അഗസ്റ്റസ് ഉത്തരവ് പുറപ്പെടുവിച്ചിരുന്നു. അടിമകൾ വിൽക്കപ്പെടുമ്പോൾ 1/25 ഭാഗമായിരുന്നു നികുതി. ഇങ്ങനെ നൂറുമായി ബന്ധപ്പെട്ട ഭിന്നിതങ്ങൾ കൈകാര്യം ചെയ്യാനും താരതമ്യം ചെയ്യാനും ഉപയോഗിക്കാൻ തുടങ്ങിയതോടെ നൂറ് ഛേദമായിട്ടുള്ള ഭിന്നിതങ്ങൾക്ക് കൂടുതൽ പ്രചാരമുണ്ടായി. പലിശ കണക്കാക്കാനും ലാഭനഷ്ടങ്ങൾ കണക്കുകൂട്ടാനും മറ്റും ഇത് കൂടുതലായി ഉപയോഗിക്കപ്പെട്ടു. 15-ാം നൂറ്റാണ്ടിലെ വ്യാപാരഅങ്കഗണിത (commercial arithmetic) പുസ്തങ്ങളിലാണ് ശതമാനത്തിനുള്ള ഒരു ചിഹ്നമെന്ന നിലയിൽ per C⁰ അഥവാ PC⁰ ഉപയോഗിക്കാൻ തുടങ്ങിയത്. Percent എന്ന വാക്കിന് പകരമാണ് ഈ ചുരുക്കരൂപം ഉപയോഗിച്ചത്. പതിനേഴാം നൂറ്റാണ്ടായപ്പോഴേക്കും ഇത് ഒരു വരയ്ക്ക് മുകളിലും താഴെയും ഓരോ വൃത്തം എന്ന രൂപത്തിലെത്തി. ഹരണക്രിയയ്ക്കുള്ള ചിഹ്നവുമായി സാമ്യമുള്ളതുകൊണ്ടാവാം പിന്നീടതു മാറുകയും ശതമാനത്തിന് 0/0 എന്ന ചിഹ്നം പ്രചാരം നേടുകയും ചെയ്തു.

നൂറിലൊന്ന് എന്നതിന് ശതമാനം എന്ന വാക്ക് ഉപയോഗിക്കുന്നതുപോലെ ആയിരത്തിലൊന്ന് എന്നതിന് സഹസ്രമാനം എന്ന വാക്ക് ഉപയോഗിച്ചിരുന്നു. "0/00" എന്ന ചിഹ്നമാണ് സഹസ്രമാനത്തെ സൂചിപ്പിക്കാൻ ഉപയോഗിക്കുന്നത്.

അംശബന്ധവും അനുപാതവും

അംശബന്ധം (ratio) എന്ന ഗണിതശാസ്ത്രപരമായ ആശയം മനുഷ്യൻ എപ്പോൾ വികസിപ്പിച്ചെടുത്തു എന്ന് ചിന്തിക്കുന്നത് ഒരുപക്ഷേ നിരർത്ഥകമായിരിക്കും. എന്റെ കയ്യിൽ അവന്റെ കയ്യിലുള്ളതിന്റെ ഇരട്ടി ആടുകൾ ഉണ്ടെന്ന് ചിന്തിക്കുമ്പോഴും എന്റെ കൃഷിയിടത്തിന്റെ ഇരട്ടി കൃഷിയിടം അവനുണ്ടെന്ന് ചിന്തിക്കുമ്പോഴും അംശബന്ധം മനുഷ്യന്റെ ഉള്ളിൽ രൂപം കൊള്ളുന്നുണ്ട്. ആടുകളുടെ എണ്ണം താരതമ്യപ്പെടുത്തുമ്പോൾ അംശബന്ധം അങ്കഗണിതവുമായി ബന്ധപ്പെട്ട ആശയമാണെന്ന് പറയാം. നീളം, വിസ്തീർണ്ണം എന്നിവയുമായി ബന്ധപ്പെടുത്തി പറയുമ്പോൾ ഇതിനെ ഒരു ജ്യാമിതീയമായ ആശയമായി കണക്കാക്കാം. ഏതായാലും ഇത്തരം ആശയങ്ങൾ ആദിമമനുഷ്യനിൽ തന്നെ ഉദിച്ചിരുന്നു എന്ന് നമുക്ക് ഊഹിക്കാം.

പുരാതന ഗ്രീക്ക്ഗണിതശാസ്ത്രജ്ഞൻ നിക്കോമക്കസ് (Nicomachus) ആണ് അംശബന്ധം ആദ്യമായി അങ്കഗണിതത്തിൽ പ്രയോഗിച്ചത്. യുഡോക്സസ് (Eudoxus) ഇത് ജ്യാമിതിയിലും സമൈർണയിലെ തിയോൺ (Theon of Smyrna) സംഗീതത്തിലും ഉപയോഗിച്ചു.

അംശബന്ധത്തിന് ഇന്ന് ഉപയോഗിക്കുന്ന ratio എന്ന ലാറ്റിൻ വാക്ക് മധ്യയുഗത്തിൽ (Middle Ages) കണക്കുകൂട്ടൽ (computation) എന്ന അർഥത്തിലാണ് ഉപയോഗിച്ചിരുന്നത്. അക്കാലത്തെ ലാറ്റിൻ എഴുത്തുകാർ അംശബന്ധത്തിന് ratio എന്ന വാക്കല്ല proportio എന്ന വാക്കാണ് ഉപയോഗിച്ചിരുന്നത്. രണ്ട് അംശബന്ധങ്ങളുടെ സമതയെ സൂചിപ്പിക്കാൻ proportionalitas എന്ന വാക്കാണ് ഉപയോഗിച്ചിരുന്നത്. രണ്ട് അംശബന്ധങ്ങളുടെ തുക ഇപ്പോൾ അനുപാതം (proportion) എന്നറിയപ്പെടുന്നു. ഉദാഹരണത്തിന് $a : b = c : d$ എന്നത് ഒരു അനുപാതമാണ്. പക്ഷെ അംശബന്ധം, അനുപാതം എന്നീ വാക്കുകൾ എതാണ്ട് തുല്യമായിത്തന്നെ പ്രയോഗിച്ചുകാണുന്നുണ്ട്.

$a : b = c : d$ എന്നീ രണ്ട് അംശബന്ധങ്ങളുടെ സമതയിൽ ഏതെങ്കിലും മൂന്ന് അംഗങ്ങൾ അറിയാമെങ്കിൽ നാലാമത്തേത് കണ്ടുപിടിക്കാം. ഈ സാഹചര്യത്തിൽ ഈ അനുപാതം ബീജഗണിതപരമാണ്. ഇതിനെ പാശ്ചാത്യഗണിതശാസ്ത്രജ്ഞന്മാർ rule of three എന്നാണ് വിളിച്ചത്. ഭാരതത്തിൽ ബ്രഹ്മഗുപ്തനും മഹാവീ

രനും ഭാസ്കരാചാര്യരും ഇത്തരം ധാരാളം പ്രശ്നങ്ങൾ തങ്ങളുടെ ഗ്രന്ഥങ്ങളിൽ കൈകാര്യം ചെയ്തിട്ടുണ്ട്.

Rule of three യിലുള്ള മൂന്ന് പദങ്ങൾക്ക് മഹാവീരൻ ഫലം ഇച്ഛ, പ്രമാണം എന്നിങ്ങനെയാണ് പേർ നൽകിയത്. ഫലത്തെ ഇച്ഛകൊണ്ട് ഗുണിച്ച് പ്രമാണം കൊണ്ട് ഹരിച്ചാൽ ഉത്തരം ലഭിക്കുമെന്ന് മഹാവീരൻ തന്റെ ഗ്രന്ഥത്തിൽ പ്രസ്താവിച്ചിട്ടുണ്ട്.

ഭാസ്കരാചാര്യർ അനുപാതത്തെ ആധാരമാക്കി താഴെകൊടുത്തിരിക്കുന്ന ഒരു പ്രശ്നം അവതരിപ്പിച്ചിട്ടുണ്ട്. 'ഒരു നിഷ്കത്തിന്റെ ഏഴിൽ മൂന്ന് ഭാഗം കൊണ്ട് രണ്ടര ഫലം കുങ്കുമം ലഭിക്കുമെങ്കിൽ ഒമ്പത് നിഷ്കത്തിന് എത്ര കുങ്കുമം ലഭിക്കും? ഇതിനെ $\frac{3}{7}N : 2.5P = 9N : x$ എന്ന് സൂചിപ്പിക്കാം.

വളരെ പ്രധാനപ്പെട്ട ഒരു നിയമം എന്ന നിലയിൽ റിക്കാർഡെ ഇതിനെ സുവർണനിയമം (golden rule) എന്ന് വിശേഷിപ്പിക്കുകയുണ്ടായി. സ്വർണം മറ്റെല്ലാ ലോഹങ്ങളേയും നിഷ്പ്രഭമാക്കുന്നതുപോലെ ഈ നിയമം അങ്കഗണിതത്തിലെ എല്ലാ നിയമങ്ങളെയും നിഷ്പ്രഭമാക്കുന്നു. ("The rule of Three is commonly called the Golden rule ; and indeed it might be so termed ; for as gold transcends all other metals, so doth the rule transcend all other in Arithmetick") എന്നാണ് പതിനേഴാം നൂറ്റാണ്ടിലെ പ്രശസ്ത ഇംഗ്ലീഷ് അങ്കഗണിതശാസ്ത്രജ്ഞൻ ഹോഡർ (Hodder)അഭിപ്രായപ്പെട്ടത്.

വ്യാപാരമേഖലയിൽ ഈ നിയമത്തിന് വളരെ പ്രാധാന്യമുണ്ട്. നേരത്തെ സൂചിപ്പിച്ച ഭാസ്കരാചാര്യരുടെ ഉദാഹരണത്തിൽ നിന്നും ഈ നിയമത്തിന് വ്യാപാരവുമായുള്ള ബന്ധം നമുക്ക് മനസ്സിലാക്കാൻ സാധിക്കും. അതുകൊണ്ട് ഇത് 'കച്ചവടക്കാരുടെ നിയമം' (Merchant's Rule) എന്നും 'കച്ചവടക്കാരുടെ താക്കോൽ' (Merchant's Key) എന്നും അറിയപ്പെടാനിടയായി.

രണ്ട് ആളുകൾ ഒരു ജോലി മൂന്നു ദിവസംകൊണ്ടു തീർക്കുമെങ്കിൽ അതേ ജോലി മൂന്ന് ആളുകൾ എത്ര ദിവസംകൊണ്ടു തീർക്കും എന്ന രീതിയിലുള്ള പ്രശ്നങ്ങൾ മറ്റൊരു അനുപാതത്തെയാണ് സൂചിപ്പിക്കുന്നത് എന്ന് ഗണിത ശാസ്ത്രജ്ഞൻമാർ കണ്ടെത്തിയതോടെ രണ്ട് അനുപാതങ്ങളുണ്ടെന്ന് അവർക്ക് മനസ്സിലായി. അതോടെ സാധാരണ അനുപാതം സമാനുപാതം (direct proportion) എന്നും ഇതിന് എതിരായുള്ള അനുപാതം വിപരീതാനുപാതം (inverse proportion) എന്നും അറിയപ്പെടാൻ തുടങ്ങി. ഭാസ്കരാചാര്യർ തന്റെ *ലീലാവതി* എന്ന ഗ്രന്ഥത്തിൽ വിപരീതാനുപാതം ഉപയോഗിച്ചുള്ള ചില പ്രശ്നങ്ങൾ അവതരിപ്പിച്ചിട്ടുണ്ട്. നാല് വർഷം നിലം ഉഴുകാൻ ഉപയോഗിച്ച ഒരു കാളയ്ക്ക് നാല് നിഷ്കം ലഭിക്കുമെങ്കിൽ പന്ത്രണ്ട് വർഷം ഉഴുകാൻ ഉപയോഗിച്ച കാളയ്ക്ക് എന്തുവില കിട്ടും എന്ന് അദ്ദേഹം ചോദിക്കുന്നുണ്ട്. കാളകൾക്ക് വയസ് കൂടുന്തോറും വില കുറയുമെന്ന കാര്യം ഈ പ്രശ്നത്തിൽ കണക്കിലെടുക്കേണ്ടതുണ്ട്.

ഭാഗം

II

ബീജഗണിതം

6

ബീജഗണിതത്തിന്റെ ചരിത്രം

അറിയാത്തതിനെ തേടിയുള്ള ഒരു യാത്രയായി ബീജഗണിതത്തെ വിശേഷിപ്പിക്കാം. നമുക്ക് അറിയാത്ത ഒരു അജ്ഞാത രാശിയെ x, y എന്നിങ്ങനെയുള്ള ഏതെങ്കിലും ഒരു ചിഹ്നം കൊണ്ട് രേഖപ്പെടുത്തുന്നു. പിന്നീട് അതിന്റെ മൂല്യം കണ്ടെത്തുന്നു. 1550 ൽ അഹ്മസ് ഈ ആശയത്തെ പ്രകൃതിയിലെ രഹസ്യങ്ങൾ അന്വേഷിക്കാനുള്ള നിയമങ്ങളായിട്ടാണ് വിശേഷിപ്പിച്ചത്. സത്യം വെളിവാക്കാനുള്ള ഒരു രീതിയായി ഇതിനെ വ്യാഖ്യാനിക്കാം. ഗ്രീക്കുകാരാകട്ടെ ബീജ ഗണിതത്തെ അങ്കഗണിതമായിത്തന്നെയാണ് കണ്ടത്. അതിനാൽ ഡയോഫാന്റസിന്റെ ബീജഗണിതം അങ്കഗണിതമെന്ന പേരിൽ തന്നെ അറിയപ്പെടാനിടയായി. ഭാരതീയർ അതിനെ അവ്യക്തഗണിതമായാണ് കണക്കാക്കിയത്. പ്രസിദ്ധ അറേബ്യൻ ശാസ്ത്രജ്ഞൻ അൽ കാർഖി ഇതിനെ ഫാക്രി (facri) എന്നാണ് വിളിച്ചിരുന്നത്.

ബീജഗണിതത്തിന് ഇപ്പോൾ സാധാരണയായി ഉപയോഗിക്കുന്ന ആൾജിബ്ര (algebra) എന്ന വാക്ക് അൽ ഖൊരാസ്മി (al Khowarizmi Muhammad ibn musa)യുടെ *കിതാബ് അൽ-ജബർ വ അൽ മുഖാബല- (Hisb al-jabr w al muqabala-Calculation Restoration and Reduction)* എന്ന ഗ്രന്ഥത്തിലെ al-Jabar എന്ന വാക്കിൽനിന്നാണ് രൂപപ്പെട്ടത്. പതിനാറാം നൂറ്റാണ്ടിൽ ഇംഗ്ലീഷിൽ algebra എന്ന വാക്ക് മറ്റ് പല രീതികളിലും ഉപയോഗിച്ചിരുന്നു. നെഗറ്റീവ് പദങ്ങൾ ഒഴിവാക്കി പോസിറ്റീവ് ആയി പുനഃസ്ഥാപിക്കുകയും ഒരേ പോലുള്ള പദങ്ങൾ

കൂട്ടിച്ചേർക്കുകയും ചെയ്യുന്ന ക്രിയയായിട്ടാണ് ആൾജിബ്രാ വിശദീകരിക്കപ്പെട്ടിരുന്നത്. താഴെ കൊടുത്തിരിക്കുന്ന വരികൾ ശ്രദ്ധിക്കുക.

'Cancel minus terms and then,
Restore to make your algebra,
Combine your homogeneous terms,
And this is called muqabalah'

al-Jabr എന്ന പദം വിവിധ ഭാഷകളിൽ തർജ്ജമ ചെയ്യപ്പെട്ടപ്പോൾ വിവിധ രൂപങ്ങൾ സ്വീകരിക്കുകയുണ്ടായിട്ടുണ്ട്. ഗ്ലോബ മുട്ടാബലിയ (Globa Muttabalia), ലാർജിബ്രാ (Largibra) ഗെബ്രാ വെർഡ് അൽമുത്താബോല (Gebra verd Almuthabola) എന്നിവയായിരുന്നു ചില പേരുകൾ. മാത്രമല്ല പതിനാറാം നൂറ്റാണ്ടിൽ തെറ്റിപ്പോയ അസ്ഥി നേരെയാക്കുന്ന ക്രിയയ്ക്ക് ഫ്രാൻസിൽ അൽജിബ്രാ എന്ന് വിളിച്ചിരുന്നു. 1541-ൽ ഒരു ഇംഗ്ലീഷ് എഴുത്തുകാരൻ "The helps of algebra and dislocations" എന്ന് എഴുതിയിരുന്നു. ഒരു ഗണിതശാസ്ത്രപദമല്ലാത്ത രീതിയിലും ഈ വാക്ക് ഉപയോഗിച്ചിരുന്നു എന്ന് ഇത് വ്യക്തമാക്കുന്നു.

ചില ഇറ്റാലിയൻ എഴുത്തുകാർ ആൾജിബ്രയെ റെഗോലദെ ലാ കോസ (Regola de la Cosa) എന്നീ വാക്കുകളുപയോഗിച്ച് സൂചിപ്പിച്ചിരുന്നു. ഇംഗ്ലീഷിൽ കൊസിക്കെ ആർട്ടെ (Cossike arte) എന്നും ഇത് അറിയപ്പെട്ടിരുന്നു. അങ്കഗണിതത്തേക്കാൾ വലിയ ഒരു കലയായിട്ടാണ് പതിനഞ്ചും പതിനാറും നൂറ്റാണ്ടിലെ ഇറ്റാലിയൻമാർ ആൾജിബ്രയെ കണക്കാക്കിയിരുന്നത്. ബീജഗണിതത്തിന്റെ പിതാവായി കണക്കാക്കപ്പെടുന്ന വീറ്റ (Vieta) ആൾജിബ്ര എന്ന വാക്ക് നിരാകരിക്കുകയും അനാലിസിസ് (analysis) എന്ന വാക്ക് ഉപയോഗിക്കുകയും ചെയ്തു.

എന്താണ് ബീജഗണിതം എന്ന ചോദ്യത്തിന് വ്യക്തമായ ഒരുത്തരം പറയുക എളുപ്പമല്ല. ഇന്ന് ബീജഗണിതരീതിയിൽ ഉത്തരം കണ്ടെത്തുന്ന ചില പ്രശ്നങ്ങളുടെ നിർദ്ധാരണം സുമാർ മൂവായിരത്തി എണ്ണൂറു കൊല്ലം മുമ്പോ അതിനുമുമ്പോ ഊഹങ്ങളിലൂടെയോ ഉദാഹരണപരിശോധനകളിലൂടെയോ (trial and error method) നിർവ്വഹിച്ചിരുന്നു.

ഉദാഹരണമായി 3+2 എന്നത് ഒരു ലഘുവായ അങ്കഗണിത

പ്രശ്നമാണ് ഇതിന് ഉത്തരമായി നമുക്ക് അഞ്ച് എന്ന് ലഭിക്കും. മൂന്നിനോട് എത്ര കൂട്ടിയാൽ അഞ്ച് ലഭിക്കും എന്നത് ഒരു ബീജഗണിത പ്രശ്നമായി മാറുന്നു. മൂന്നിനോട് കൂട്ടേണ്ടുന്ന സംഖ്യയെ നാം x എന്ന് സങ്കല്പിക്കുന്നു. $3 + x = 5$ എന്ന ഒരു ബീജഗണിത സമവാക്യം കിട്ടുന്നു. ബീജഗണിതക്രിയകളൊന്നും ചെയ്യാതെ തന്നെ നമുക്ക് ഉത്തരത്തിലെത്താം.

മൂന്നിനോട് എത്ര കൂട്ടിയാൽ അഞ്ച് കിട്ടും എന്നത് ഒരു ബീജഗണിത പ്രശ്നമായി പരിഗണിക്കാമെങ്കിൽ ബീജഗണിതത്തിന് സുമാർ 4000 വർഷത്തെ പഴക്കമെങ്കിലും അവകാശപ്പെടാം. പക്ഷേ $ax^2+bx+c=0$ എന്നരീതിയിലുള്ള സമവാക്യങ്ങൾ നിർദ്ധാരണം ചെയ്യുന്ന രീതി കണ്ടുപിടിച്ചാണ് ബീജഗണിതത്തിന്റെ ആരംഭമായി കണക്കു കൂട്ടുന്നതെങ്കിൽ 17-ാം നൂറ്റാണ്ടിലാണ് ബീജഗണിതം ആരംഭിക്കുന്നത്. അറിയാത്ത അഥവാ അറിയേണ്ടുന്ന ഒരു സംഖ്യക്ക് (അജ്ഞാതരാശി) ഒരു ചിഹ്നം നല്കി നിർദ്ധാരണം ചെയ്യുന്ന ഒരു രീതിയുടെ കണ്ടെത്തൽ ബീജഗണിതമായി പരിഗണിക്കാമെങ്കിൽ ബീജഗണിതത്തിന്റെ ചരിത്രം മൂന്നാം നൂറ്റാണ്ടിൽ ആരംഭിക്കുന്നു.

ബീജഗണിതത്തെപ്പറ്റി എഴുതപ്പെട്ടിട്ടുള്ളതിൽ നമുക്ക് ലഭിച്ചിട്ടുള്ള ഏറ്റവും പഴയ ഗ്രന്ഥം ഈജിപ്തിലെ അഹ്മസിന്റേതാണ്. ക്രിസ്തുവിന് മുമ്പ് സുമാർ 1550 ആണ് ഇതിന്റെ രചനാകാലം. ഇതിൽ ബീജഗണിതപ്രശ്നങ്ങൾ കൈകാര്യം ചെയ്തിരുന്നു എന്നതല്ലാതെ ഒരു പ്രത്യേകശാഖയായി ഒന്നും അക്കാലത്ത് ബീജഗണിതത്തെ കണക്കായിരുന്നില്ല.

ഭാരതത്തെ സംബന്ധിച്ചിടത്തോളം ബീജഗണിതപ്രശ്നങ്ങൾ കൈകാര്യം ചെയ്തിരിക്കുന്ന ഒരു പുരാതന ഗ്രന്ഥം *ബാക്ഷാലി മാനുസ്ക്രിപ്റ്റാണ്.* ഇപ്പോൾ പാക്കിസ്ഥാനിൽ പെട്ട ബാക്ഷാലി എന്ന ഗ്രാമത്തിൽ വെച്ച് 1881-ൽ കണ്ടെടുത്ത ഈ ഗ്രന്ഥത്തിന്റെ രചനാകാലം കൃത്യമായി നിർണ്ണയിക്കപ്പെട്ടിട്ടില്ലെങ്കിലും മൂന്നോ നാലോ നൂറ്റാണ്ടെന്നാണ് അനുമാനിക്കപ്പെട്ടിട്ടുള്ളത്. കണ്ടുകിട്ടുന്ന സമയത്ത് ഈ കൃതിയുടെ ആദ്യഭാഗവും അവസാനഭാഗവും നഷ്ടപ്പെട്ടുപോയിരുന്നു. ബാക്കി ഭാഗം പരിഭാഷപ്പെടുത്തി ഭാരത സർക്കാർ പ്രസിദ്ധീകരിച്ചിട്ടുണ്ട്. ഇതിൽ അങ്കഗണിതം, ജ്യാമിതി എന്നീ വിഭാഗങ്ങളിൽപ്പെട്ട പ്രശ്നങ്ങളോടൊപ്പം ബീജഗണിതപ്രശ്നങ്ങളും നല്കിയിരിക്കുന്നു.

ഈ ഗ്രന്ഥത്തിൽ ബീജഗണിതഭാഗത്ത് ഏകകാലസമവാക്യങ്ങൾ അജ്ഞാതരാശികൾ എന്നിവ കൈകാര്യം ചെയ്തിരിക്കുന്നു. അതിലുള്ള ഒരു ബീജഗണിതപ്രശ്നം താഴെ കൊടുക്കുന്നു.

ഒരു കച്ചവടക്കാരൻ മൂന്ന് വ്യത്യസ്ത സ്ഥലങ്ങളിൽ കപ്പം (നികുതി) നല്കുന്നു. ആദ്യത്തെ സ്ഥലത്ത് ആകെ വസ്തുക്കളുടെ 1/3 ഭാഗവും രണ്ടാമത്തെ സ്ഥലത്ത് ബാക്കിയുള്ളതിന്റെ 1/4 ഭാഗവും മൂന്നാമത്തെ സ്ഥലത്ത് ബാക്കിയുള്ളതിൻെറ 1/5 ഭാഗവുമാണ് കപ്പം നല്കുന്നത്. ആകെ നല്കിയ കപ്പം 24 വസ്തുക്കളാണെങ്കിൽ വസ്തുക്കളുടെ ആകെ എണ്ണമെത്ര?

ചൈനയിൽ എപ്പോഴാണ് ബീജഗണിതം ആരംഭിച്ചത് എന്നതിന് വ്യക്തമായ ഉത്തരം ലഭ്യമല്ല. ക്രിസ്തുവിന് മുമ്പ് രചിക്കപ്പെട്ട *ഒമ്പത് അദ്ധ്യായങ്ങൾ* എന്ന ഗ്രന്ഥത്തിൽ ബീജഗണിതവുമായി ബന്ധപ്പെട്ട പ്രശ്നങ്ങളുണ്ടെന്ന് ചരിത്രകാരൻമാർ കണ്ടെത്തിയിട്ടുണ്ട്. ഇതിന്റെ രചനാകാലം ക്രിസ്തുവിന് ആയിരം വർഷങ്ങൾക്കു മുമ്പാണെന്നും 250 വർഷങ്ങൾക്കു മുമ്പാണെന്നും രണ്ട് വ്യത്യസ്ത അഭിപ്രായങ്ങൾ കാണുന്നു.

ചൈനീസ് ഗണിതശാസ്ത്രജ്ഞൻ സൺ-ട്സി(Sun-tzi)യുടെ ഗ്രന്ഥത്തിലും ബീജഗണിതവുമായി ബന്ധപ്പെട്ട പ്രശ്നങ്ങൾ കൈകാര്യം ചെയ്തിട്ടുണ്ട്. ഇദ്ദേഹത്തിന്റെ ജീവിതകാലത്തെപ്പറ്റിയും വ്യത്യസ്ത അഭിപ്രായങ്ങളുണ്ട്. അദ്ദേഹം ഒന്നാം നൂറ്റാണ്ടിൽ ജീവിച്ചു എന്ന് ചിലരും കുറേ നൂററാണ്ടുകൾക്കു മുമ്പ് എന്ന് മറ്റുചിലരും അഭിപ്രായപ്പെടുന്നു. അദ്ദേഹത്തിന്റെ ഗ്രന്ഥത്തിൽ താഴെ കൊടുത്തിരിക്കുന്ന രീതിയിലുള്ള പ്രശ്നങ്ങൾ കൈകാര്യം ചെയ്തിരിക്കുന്നു:

എണ്ണം നിശ്ചയമില്ലാത്ത കുറേ വസ്തുക്കൾ ഒരു സ്ഥലത്തുണ്ട്. വസ്തുക്കളുടെ എണ്ണത്തെ 3 കൊണ്ട് ഹരിച്ചാൽ 2 ശിഷ്ടം വരും; 5 കൊണ്ട് ഹരിച്ചാൽ 3 ശിഷ്ടം വരും; 7 കൊണ്ട് ഹരിച്ചാൽ 2 ശിഷ്ടം വരും; വസ്തുക്കളുടെ എണ്ണമെത്ര?

സൺ-ട്സി ഇത്തരം പ്രശ്നങ്ങൾക്ക് ഒരൊറ്റ ഉത്തരംകൊണ്ട് സംതൃപ്തനായിരുന്നു. പക്ഷേ അനേകം ഉത്തരങ്ങൾ സംഭവ്യമാകാമെന്ന കാര്യം അദ്ദേഹം പരിഗണിച്ചിരുന്നില്ല. ദ്വിമാനസർവ്വസമവാക്യങ്ങൾ എങ്ങനെ നിർദ്ധാരണം ചെയ്യാമെന്ന് ക്രിസ്തുവിന് മുമ്പ് ഒന്നാം നൂറ്റാണ്ടിൽ തന്നെ ചൈനക്കാർക്ക് നിശ്ചയമായും അറിയാമായിരുന്നുവെന്ന് ചരിത്രകാരന്മാർ അഭിപ്രായപ്പെട്ടിട്ടുണ്ട്.

ക്രിസ്തുവർഷം മൂന്നാം നൂറ്റാണ്ടിൽ ജീവിച്ചിരുന്ന ലിയു-ഹുയി (Liu Hui) ബീജഗണിത സമവാക്യങ്ങൾ നിർദ്ധാരണം ചെയ്യുന്നതിനുള്ള വിവിധരീതികൾ തന്റെ ഗ്രന്ഥത്തിൽ നല്കിയിരുന്നു. ഏഴാം നൂറ്റാണ്ടോടെ മൂന്നാം കൃതിയിലുള്ള സമവാക്യങ്ങൾ നിർദ്ധാരണം ചെയ്യാനുള്ള രീതി കണ്ടെത്തിയ കാര്യം വാങ് സിയോ തൂങ്ങി (Wang Hs' iao-t'ung)ന്റെ *ചിക്കു സ്വാൻകിങ് (Chi-ku Suan king)* എന്ന ഗ്രന്ഥത്തിൽ നിന്ന് മനസ്സിലാക്കാൻ സാധിക്കും.

പതിനാറാം നൂറ്റാണ്ടിൽ റോമൻ കത്തോലിക്കരുടെ വരവോടെ ചൈനയിൽ പാശ്ചാത്യശാസ്ത്രങ്ങൾ പ്രചരിപ്പിക്കപ്പെട്ടു. ചൈനക്കാർക്ക് സ്വന്തം ശാസ്ത്രങ്ങളിലുള്ള താല്പര്യം കുറഞ്ഞതിനാൽ അതിന് പിന്നീട് വലിയ വളർച്ചയുണ്ടായില്ല.

ഗ്രീക്ക് ഗണിതശാസ്ത്രത്തിന്റെ സുവർണ്ണകാലത്തുപോലും ബീജഗണിതത്തിന് കാര്യമായ സ്ഥാനമുണ്ടായിരുന്നില്ല. അവർക്ക് ജ്യാമിതിയിലായിരുന്നു കൂടുതൽ താല്പര്യം. ബീജഗണിത രീതിയിൽ ചെയ്യാവുന്ന പല പ്രശ്നങ്ങളും യൂക്ലിഡ് നിർദ്ധാരണം ചെയ്തത് ജ്യാമിതി ഉപയോഗിച്ചായിരുന്നു.

മൂന്നാം നൂറ്റാണ്ടിൽ ജീവിച്ചിരുന്ന ഡയോഫാന്റസ് (Diophantus) ആണ് പുരാതന ഗ്രീക്ക് ഗണിതശാസ്ത്രജ്ഞൻമാരിൽ ബീജഗണിതത്തിന് ഏറ്റവും കൂടുതൽ പ്രാധാന്യം നല്കിയത്. അദ്ദേഹം അക്കാലത്തെ ബീജഗണിതശാസ്ത്രജ്ഞൻമാരിൽ ഏറ്റവും പ്രമുഖനായിരുന്നു. ഡയോഫാന്റസിന്റെയത്ര താല്പര്യം ഗ്രീസിൽ അദ്ദേഹത്തിന് ശേഷം ആയിരം വർഷക്കാലം ആരും കാണിച്ചില്ല എന്നതുതന്നെ ബീജഗണിതത്തിന് അദ്ദേഹം ചെയ്ത മഹത്തായ സേവനം വ്യക്തമാക്കുന്നു. അദ്ദേഹത്തിന്റെ കണ്ടുപിടുത്തങ്ങളെ അടിസ്ഥാനമാക്കിയാണ് പതിനേഴാം നൂറ്റാണ്ടിൽ ഫെർമ തന്റെ ഗണിതഗവേഷണം ആരംഭിച്ചത്.

ഡയോഫാന്റസിന്റെ ജീവിതകാലത്തെ സംബന്ധിച്ച ഒരു ഗണിതപ്രശ്നം വളരെ പ്രശസ്തമാണ്. പ്രശ്നത്തിൽ ഇങ്ങനെ പറയുന്നു: അദ്ദേഹത്തിന്റെ ബാല്യം ജീവിതകാലത്തിന്റെ 1/6 ഭാഗം നീണ്ടു നിന്നു. അതിനുശേഷം 1/2 ഭാഗം കൂടി കഴിഞ്ഞപ്പോൾ മീശ കിളിർത്തു. 1/7 ഭാഗം കൂടി കഴിഞ്ഞപ്പോൾ വിവാഹം കഴിച്ചു. 5 വർഷത്തിനുശേഷം ഒരു പുത്രൻ ജനിച്ചു. പുത്രൻ പിതാവിന്റെ ജീവിതകാലത്തിന്റെ പകുതി മാത്രമേ ജീവിച്ചുള്ളൂ. 4 വർഷം കൂടി

കഴിഞ്ഞപ്പോൾ പിതാവും മരിച്ചു. ഇതിൽ നിന്നും ഡയോഫാന്റസ് 84 വർഷം ജീവിച്ചിരുന്നു എന്ന് മനസ്സിലാക്കാം.

മൂന്നാം കൃതിയിലുള്ള ബീജഗണിതസമവാക്യങ്ങളും ഡയോഫാന്റസ് കൈകാര്യം ചെയ്തിരുന്നു. $x^3 + x = 4x^2 + 4$ എന്ന ഒരു ത്രിമാനസമവാക്യം അദ്ദേഹം ഒരു പ്രശ്നത്തിൽ ഉപയോഗിച്ചിട്ടുണ്ട്.

ഡയോഫാന്റസിന്റെ ജീവിതകാലം കണ്ടെത്തിയതിൽ രസകരമായ ഒരു കഥയുണ്ട്. ഡയോഫാന്റസിന്റെ പ്രശ്നങ്ങളിൽ വീഞ്ഞിന്റെ വിലയെപ്പറ്റി പരാമർശിക്കുന്നുണ്ട്. ഏത് കാലത്താണോ ഗ്രീസിൽ വീഞ്ഞിന് അത്രയും വിലയുണ്ടായിരുന്നത് ആ കാലമാണ് ഡയോഫന്റസിന്റെ ജീവിതകാലമായി കണക്കാക്കിയിരുന്നത്.

അറബികളും പേർഷ്യക്കാരും ബീജഗണിതത്തെ ഒരു ശാഖയായി വളർത്തുന്നതിൽ വളരെ വലിയ സേവനങ്ങൾ നടത്തിയിട്ടുണ്ട്. ഇവരിൽ പ്രധാനി മുഹമ്മദ് ഇബ്ൻ മൂസ അൽ ഖൊരാസ്മിയാണ്. ഒമ്പതാം നൂറ്റാണ്ടിൽ ജീവിച്ചിരുന്ന അദ്ദേഹത്തിന്റെ *കിതാബ് അൽ ജബർ-വ അൽ മുഖാബല*യിലെ അൽ ജബർ എന്ന വാക്കാണ് ആൾജിബ്രയായി മാറിയത് എന്ന് മുമ്പ് സൂചിപ്പിച്ചുവല്ലോ.

ഒരു ഗണിതശാസ്ത്രജ്ഞൻ എന്നതിലേറെ ഒരു കവിയായി അറിയപ്പെടുന്ന ഒമർഖയ്യാം ഗണിതശാസ്ത്രത്തിന്, പ്രത്യേകിച്ച് ബീജഗണിതത്തിന് നിസ്തുലമായ സംഭാവനയർപ്പിച്ച മഹാനാണ്. 1048 മെയ് 18-ന് ഇറാനിൽ ജനിച്ച ഒമർഖയ്യാമിന്റെ മുഴുവൻ പേര് ഗിയാബുദ്ദീൻ അബ്ദുൾ ഫത്ത് ഒമർ ബിൻ ഇബ്രാഹിം അൽ ഖയ്യാം നെയ്സാബുരി (Ghiyas ol Din Abdl Fath Omar ibn Ebrahim Khayyam Neyshaburi) എന്നാണ്. മധ്യകാലത്ത് ജീവിച്ചിരുന്ന ഏറ്റവും പ്രമുഖരായ ഗണിതശാസ്ത്രജ്ഞൻമാരിൽ ഒരാളായിട്ടാണ് ഒമർഖയ്യാം അറിയപ്പെടുന്നത്. ബീജഗണിതത്തിൽ മധ്യകാലഘട്ടത്തിലെ ഏറ്റവും പ്രമുഖമായ ഗ്രന്ഥം ഒമറിന്റെ *റിസാല ഫിൽ ജബർ വ അൽ മുഖാബല* ആണ്. 1851-ൽ വോപെക്ക് അറബിയിൽ

ഒമർഖയ്യാം

ഈ ഗ്രന്ഥം പ്രസിദ്ധീകരിച്ചു. പിന്നീട് ഫ്രഞ്ചിൽ വിവർത്തനം ചെയ്യപ്പെട്ടു. 1981-ൽ ഇതിന്റെ ഇംഗ്ലീഷ് പരിഭാഷയും പ്രസിദ്ധീകരിക്കപ്പെട്ടു. ഈ ഗ്രന്ഥം ബീജഗണിതത്തിലെ അടിസ്ഥാനഗ്രന്ഥമായി പരിഗണിക്കാൻ തുടങ്ങി. ഒമറിന്റെ ബീജഗണിതം ജ്യാമിതീയമാണെന്ന് പറയാം. കോണികങ്ങളുടെ സംഗമത്തിന്റെ സഹായത്തോടെ എങ്ങനെ മൂന്നാം വർഗ്ഗസമവാക്യങ്ങൾ നിർദ്ധാരണം ചെയ്യാം എന്ന് അദ്ദേഹം വിശദീകരിക്കുകയുണ്ടായി. പക്ഷേ കോണികങ്ങളുടെ സഹായത്തോടെ മൂന്നാംവർഗ്ഗ സമവാക്യങ്ങൾ നിർദ്ധാരണം ചെയ്ത ആദ്യത്തെ ഗണിത ശാസ്ത്രജ്ഞൻ താനല്ല എന്ന് അദ്ദേഹം ഗ്രന്ഥത്തിന്റെ അവസാനഭാഗത്ത് പ്രസ്താവിച്ചിട്ടുണ്ട്.

ആറ് തരത്തിലുള്ള ബീജഗണിതസമവാക്യങ്ങൾ നിർദ്ധാരണം ചെയ്യുന്ന വിധം അദ്ദേഹം വിശദീകരിച്ചിരുന്നു. പിന്നീട് അദ്ദേഹം 19 തരത്തിലുള്ള മൂന്നാം വർഗ്ഗസമവാക്യങ്ങൾ നിർദ്ധാരണം ചെയ്യുന്ന വിധം വിശദീകരിക്കുകയുണ്ടായി. ഇവയിൽ അഞ്ച് വിധത്തിലുള്ളവയെ രേഖീയസമവാക്യമോ ദ്വിമാനസമവാക്യമോ ആക്കി മാറ്റാവുന്നതാണ്. ബാക്കിയുള്ള 14 എണ്ണത്തിൽ രണ്ടെണ്ണം കോണികങ്ങളുടെ സഹായത്തോടെയാണ് അദ്ദേഹം നിർദ്ധാരണം ചെയ്തത്. അദ്ദേഹത്തിനു മുമ്പുള്ള ഗണിതശാസ്ത്രജ്ഞൻമാർ ഇവ നിർദ്ധാരണം ചെയ്തിരുന്നുവെങ്കിലും പൂർണ്ണമായും ശാസ്ത്രീയമായിട്ടുള്ളത് ഒമറിന്റെ രീതിയാണ്.

മധ്യകാലത്തെ ബീജഗണിതശാസ്ത്രജ്ഞൻമാരിൽ പലരും അറബിയിലെ ബീജഗണിതഗ്രന്ഥങ്ങൾ തർജ്ജമ ചെയ്തിരുന്നു. പന്ത്രണ്ടാം നൂറ്റാണ്ടിൽ ജീവിച്ചിരുന്ന ജോണസ് ഹിസ്പാലെൻസിസ് (Johannes Hispalensis) അൽഖൊറാസ്മിയുടെ ബീജഗണിതം തർജ്ജമ ചെയ്തു. കിമോണയിലെ ഘെരാഡോയെസ്റ്റിലെ റോബർട്ടും ഇതേ ഗ്രന്ഥം തർജ്ജമ ചെയ്യുകയുണ്ടായി.

മധ്യകാലത്തെ ഏറ്റവും പ്രധാനപ്പെട്ട ബീജഗണിതശാസ്ത്രജ്ഞൻ ഇറ്റലിക്കാരനായ ഫിബൊനാച്ചിയാണ്. ഭാരതത്തിന്റെ പൂജ്യം ഉപയോഗിച്ചുകൊണ്ടുള്ള ദശാംശ സമ്പ്രദായം വിദേശങ്ങളിൽ പ്രചരിപ്പിക്കാൻ ഏറ്റവും കൂടുതൽ യത്നിച്ചിട്ടുള്ള ഫിബൊച്ചിയുടെ *ലിബർ ക്വാഡ്രറ്റോറം (Liber Quadratorum)* , *ഫ്ളോസ് (Flos)* എന്നീ രണ്ടു ഗ്രന്ഥങ്ങളിലും ബീജഗണിതം ഉൾപ്പെടുന്നു.

മധ്യകാലത്തെ ജർമ്മൻ ബീജഗണിതശാസ്ത്രജ്ഞന്മാരിൽ ഏറ്റവും പ്രമുഖൻ 13-ാം നൂറ്റാണ്ടിൽ ജീവിച്ചിരുന്ന ജോർഡാനസ് നെമോറാറിയസ് (Jordanus Nemorarius)ആണ്. അദ്ദേഹത്തിന്റെ *ദ ന്യൂമറിസ് ഡാറ്റിസ് (De Numeris Datis)* എന്ന ഗ്രന്ഥത്തിൽ ധാരാളം രേഖീയ സമവാക്യങ്ങളും ദ്വിമാനസമവാക്യങ്ങളും നിർദ്ധാരണം ചെയ്തിരിക്കുന്നു.

നവോത്ഥാന കാലഘട്ടത്തിൽ പസിയോലിയാണ് തന്റെ *സുമ (Suma)* എന്ന ഗ്രന്ഥത്തിലൂടെ കാര്യമായി ബീജഗണിതം കൈകാര്യം ചെയ്തത്. റുഡോൾഫിന്റെ കോസ്സ് എന്ന ഗ്രന്ഥവും സ്റ്റിഫലിന്റെ തർജ്ജമയും ബീജഗണിതത്തെ പ്രചാരത്തിലെത്തിക്കാൻ വളരെയേറെ സഹായിക്കുകയുണ്ടായി.

1545 ൽ ഇറ്റാലിയൻ ഗണിതശാസ്ത്രജ്ഞൻ കാർഡൻ ജെറോം പ്രസിദ്ധീകരിച്ച *അർസ് മാഗ്ന (Ars Magna)* യാണ് അച്ചടിയിൽ വന്ന ആദ്യത്തെ പ്രധാന ബീജഗണിതഗ്രന്ഥം. ബീജഗണിത സമവാക്യങ്ങൾ നിർദ്ധാരണം ചെയ്യുന്ന വിധം വിശദീകരിക്കുന്ന ഈ ഗ്രന്ഥത്തിൽ സമ്മിശ്രസംഖ്യ (complex numbers) കളും ഉപയോഗിച്ചിരുന്നു. അതിനുശേഷം അച്ചടിയിൽ വന്ന പ്രധാനപ്പെട്ട ബീജഗണിതഗ്രന്ഥം ഇറ്റാലിയൻ ഗണിതശാസ്ത്രജ്ഞൻ നിക്കോളോ ഫൊൺടാന ടാർട്ടാഗ്ലിയ (Nicolo Fontana Tartaglia)യുടെ *ജനറൽ ട്രാറ്റാറ്റോ* ആണ്. 1500ൽ ജനിച്ച ടാർട്ടാഗ്ലിയയുടെ പേര് യഥാർത്ഥത്തിൽ നിക്കാളോ ഫൊൺടാന എന്നു മാത്രമാണ്. അദ്ദേഹത്തിന് പതിമൂന്ന് വയസ്സായപ്പോൾ പട്ടാളക്കാരുടെ ആക്രമണത്തിൽ വാളു കൊണ്ട് മുഖത്ത് പരിക്കേൽക്കുകയുണ്ടായി. ഇതിൽ അദ്ദേഹത്തിന് ഭാഗികമായി സംസാരശേഷി നഷ്ടപ്പെട്ടു. പിന്നീട് ഒരു വിക്കനായി മാറിയ ഫോൺടാന വിക്കൻ എന്നർത്ഥമുള്ള 'ടാർട്ടാഗ്ലിയ' എന്ന പേരിൽ അറിയപ്പെടാൻ തുടങ്ങി.

ത്രിമാനസമവാക്യങ്ങളുടെ നിർദ്ധാരണത്തിന് ഒരു പൊതുരീതി കണ്ടെത്തിയതാണ് ടാർട്ടാഗ്ലിയയുടെ ഏറ്റവും പ്രധാനപ്പെട്ട സംഭാവന. പസിയോലി എന്ന ഗണിതശാസ്ത്രജ്ഞൻ 1494ൽ പ്രസിദ്ധീകരിച്ച ഒരു ഗണിതശാസ്ത്രപുസ്തകത്തിൽ ദ്വിമാന സമവാക്യങ്ങളുടെ നിർദ്ധാരണരീതി വിശദീകരിച്ചിരുന്നു. എല്ലാ ത്രിമാനസമവാക്യങ്ങളും നിർദ്ധാരണം ചെയ്യാനുള്ള ഒരു പൊതുവായ രീതിക്ക് സാദ്ധ്യതയില്ലെന്നും അദ്ദേഹം അതിൽ അഭിപ്രായപ്പെട്ടു.

ബോളോണ സർവ്വകലാശാലയിലെ സിപ്പിയോൺ ഡെൽ ഫെറോ ഇത് ഒരു വെല്ലുവിളിയായി സ്വീകരിച്ചു. $x^3 = px + q$ എന്ന പ്രത്യേകതരത്തിലുള്ള സമവാക്യങ്ങളുടെ നിർദ്ധാരണമൂല്യം കണ്ടുപിടിക്കാനുള്ള പൊതുവായ രീതി അദ്ദേഹം കണ്ടുപിടിച്ചു. പക്ഷേ ഇത് പ്രസിദ്ധീകരിക്കാതെ ഒരു രഹസ്യമായി സൂക്ഷിച്ചു. ഇത് രഹസ്യമായി സൂക്ഷിക്കാൻ ഒരു കാരണവുമുണ്ടായിരുന്നു.

അക്കാലത്ത് ഗണിതശാസ്ത്രജ്ഞൻമാർ തമ്മിൽ പരസ്യമായി വെല്ലുവിളികളും മത്സരങ്ങളും നടക്കാറുണ്ടായിരുന്നു. തോൽക്കുന്നയാൾക്ക് അപമാനം സംഭവിക്കുക മാത്രമല്ല ചിലപ്പോൾ ഉദ്യോഗവും നഷ്ടപ്പെടും. ഡെൽഫെറൊയുടെ അന്ത്യസമയത്ത് തന്റെ ശിഷ്യനായ അന്തോണിയോ ഫിയോറിന് ഈ കണ്ടുപിടുത്തം കൈമാറി.

ഫിയോർ നൽകുന്ന 30 ചോദ്യങ്ങൾക്ക് ഉത്തരം നൽകാമോ എന്ന് അദ്ദേഹം ടാർട്ടാഗ്ലിയയെ വെല്ലുവിളിച്ചു. തോററയാൾ മുപ്പത് സദ്യകൾ നടത്തണമെന്ന് കരാർ ഉണ്ടായിരുന്നു. മത്സരത്തിൽ ജയിച്ച സന്തോഷത്താൽ ടാർട്ടാഗ്ലിയ സദ്യ വേണ്ടെന്നു തീരുമാനിച്ചു. പക്ഷെ ഫിയോറിന് നൽകപ്പെട്ട ചോദ്യങ്ങൾക്ക് ശരിയായ ഉത്തരം കണ്ടെത്താൻ അദ്ദേഹത്തിന് സാധിച്ചില്ല. അദ്ദേഹം ഗണിതശാസ്ത്ര രംഗത്തു നിന്നുതന്നെ പിൻമാറുകയുണ്ടായി. ത്രിമാനസമവാക്യങ്ങളുടെ നിർദ്ധാരണമൂല്യം കണ്ടെത്താൻ ടാർട്ടാഗ്ലിയയ്ക്കു സാധിച്ചതിനെക്കുറിച്ച് കാർഡന് അറിവ് കിട്ടി. നിർദ്ധാരണം ചെയ്യുന്ന രീതി മനസ്സിലാക്കാൻ കാർഡൻ ടാർടാഗ്ലിയയ്ക്ക് നിരവധി കത്തുകൾ അയച്ചു. പക്ഷെ ടാർട്ടാഗ്ലിയ തന്റെ കണ്ടുപിടുത്തം രഹസ്യമായിത്തന്നെ സൂക്ഷിച്ചു. ഒരു ദിവസം ടാർട്ടാഗ്ലിയ കാർഡന്റെ വീട്ടിൽ അതിഥിയായി ചെല്ലുകയും സൂത്രങ്ങൾ വിശദീകരിക്കുകയും ചെയ്തു. പക്ഷെ ഇത് രഹസ്യമായി സൂക്ഷിക്കുമെന്നും മറ്റാരോടും പറയില്ലെന്നും സത്യം ചെയ്യിച്ചു.

ലുഡോവിക്കോ ഫെറാറി എന്ന ബാലൻ ഒരു ദിവസം ജോലി തേടി കാർഡന്റെ അടുത്തെത്തി. സാധാരണ നിലയിൽ കാർഡൻ ജോലി നൽകുമായിരുന്നില്ല. പക്ഷെ ശകുനത്തിൽ വളരെയേറെ വിശ്വസിച്ചിരുന്ന കാർഡൻ ഫെറാറി വന്നപ്പോൾ ഒരു കിളി നിർത്താതെ ചിലച്ചു കൊണ്ടിരുന്നത് ശ്രദ്ധിച്ചിരുന്നു. ഇത് ഒരു നല്ല ശകുനമാണെന്ന് കാർഡനു തോന്നുകയും ബാലനെ തന്റെ സഹായിയായി നിയമിക്കുകയും ചെയ്തു. താമസിയാതെ ഫെറാറി ടാർട്ടാ

ഗ്ലിയായുടെ ശിഷ്യനായി മാറി, കാരണം ഫെറാറി വളരെ ബുദ്ധി സാമർത്ഥ്യമുള്ള ഒരു ബാലനായിരുന്നു. ടാർട്ടാഗ്ലിയയുടെ രഹസ്യം കാർഡൻ ഫെറാറിക്കു പറഞ്ഞു കൊടുത്തു. തുടർന്ന് രണ്ടുപേരും കൂടി ഏതു തരത്തിലുള്ള ത്രിമാന സമവാക്യവും നിർദ്ധാരണം ചെയ്യാനുള്ള രീതി കണ്ടുപിടിച്ചു. ത്രിമാനസമവാക്യങ്ങൾ മാത്രമല്ല, ചതുർമാനസമവാക്യങ്ങളും നിദ്ധാരണം ചെയ്യാനുള്ള രീതിയും അവർ കണ്ടുപിടിച്ചു. ടാർട്ടാഗ്ലിയയുടെ മാർഗ്ഗം ഉപയോഗിച്ചാണ് ഈ കണ്ടുപിടുത്തങ്ങൾ നടത്തിയത്. രഹസ്യം പുറത്തു പറയില്ല എന്ന് സത്യം ചെയ്തിരുന്നതിനാൽ രണ്ടുപേരും തങ്ങളുടെ കണ്ടുപിടുത്തങ്ങൾ പ്രസിദ്ധീകരിക്കാതെ രഹസ്യമായി വെച്ചു.

1543-ൽ രണ്ടുപേരും ബൊളോണാ സർവ്വകലാശാലയിൽ ചെന്നപ്പോൾ മുപ്പതു വർഷങ്ങൾക്കു മുമ്പുതന്നെ ഡെൽഫെറോ ത്രിമാനസമവാക്യങ്ങൾ കണ്ടുപിടിച്ചതായി അവരുടെ ശ്രദ്ധയിൽപ്പെട്ടു. ഇനി തങ്ങളുടെ രീതി പ്രസിദ്ധീകരിക്കുന്നതിൽ തെറ്റില്ല എന്ന് തീരുമാനിച്ച് അവർ തങ്ങളുടെ കണ്ടുപിടുത്തങ്ങൾ ഫെറാറിയുടെ കണ്ടുപിടുത്തങ്ങളായി പ്രസിദ്ധീകരിച്ചു.

ത്രിമാനസമവാക്യങ്ങൾ നിർദ്ധാരണം ചെയ്യുന്നവിധം ഫെറാറി കണ്ടുപിടിച്ചതായി പ്രസിദ്ധീകരിച്ചു കണ്ടത് ടാർട്ടാഗ്ലിയയ്ക്ക് രസിച്ചില്ല. ഇത് കണ്ടുപിടിച്ചത് താനാണെന്ന അവകാശവാദവുമായി ടാർട്ടാഗ്ലിയ രംഗത്തെത്തി. ഫെറാറി ടാർട്ടാഗ്ലിയയെ നിന്ദിച്ചു കൊണ്ട് നിഷ്കരുണമായി ഒരു കത്തയച്ചു. മാത്രമല്ല, ഒരു പൊതുവിവാദത്തിന് തയ്യാറുണ്ടോ എന്ന് വെല്ലുവിളിക്കുകയും ചെയ്തു. പക്ഷെ ടാർട്ടാഗ്ലിയ ഫെറാറിയുമായി ഒരു ഏറ്റുമുട്ടലിന് തയ്യാറായില്ല. കാർഡനെ തർക്കത്തിൽ പങ്കാളിയാക്കാനും അദ്ദേഹം ശ്രമിച്ചു. ഒരു വർഷത്തോളം ഫെറാറിയും ടാർട്ടാഗ്ലിയയും കത്തിടപാട് നടത്തിക്കൊണ്ടേയിരുന്നു. ഒടുവിൽ 1548 ആഗസ്റ്റ് 10 ന് മിലാനിലെ ഒരു പള്ളിയിലെ തോട്ടത്തിൽ വെച്ച് ഒരു വാദപ്രതിവാദത്തിന് വേദിയൊരുക്കപ്പെട്ടു. ധാരാളം പ്രമുഖ വ്യക്തികൾ ഇത് കേൾക്കാൻ എത്തിയിരുന്നു. തന്റെ വിജയം ഉറപ്പാക്കിയിരുന്ന ഫെറാറി കാഴ്ചക്കാരായി തന്റെ ധാരാളം സുഹൃത്തുക്കളെയും ക്ഷണിച്ചിരുന്നു. മിലാനിലെ ഗവർണറെയാണ് വിധികർത്താവായി നിശ്ചയിച്ചിരുന്നത്. വാദപ്രതിവാദത്തിൽ ഫെറാറിയാണ് ജയിച്ചത്. ഇതോടെ ഫെറാറിയുടെ പ്രശസ്തി വർദ്ധിച്ചു. ഫെറാറിക്ക് സർക്കാരിൽ വലിയ

ഒരു ഉദ്യോഗവും ലഭിച്ചു. വളരെ ചെറിയ കാലംകൊണ്ട് തന്നെ വലിയൊരു ധനവാനാവാൻ ഫെറാറിക്ക് സാധിച്ചു. പക്ഷെ സ്വന്തം സഹോദരി ഏൽപ്പിച്ച വിഷബാധയേറ്റ് 1565-ൽ ഫെറാറി അന്തരിച്ചു.

1526-ൽ ഇറ്റലിയിൽ ജനിച്ച റാഫേൽ ബോംബെല്ലി (Raphel Bombelli) യും ബീജഗണിതത്തിന് വളരെ വിലപ്പെട്ട സംഭാവനകൾ നൽകുകയുണ്ടായി. ആൾജിബ്ര എന്ന വാക്ക് ടൈറ്റിലിൽ വരുന്ന ഇറ്റാലിയൻ ഭാഷയിലെ ആദ്യ പുസ്തകം ബോംബെല്ലിയുടെ *L'Algebra parte maggiore dell Arithmetica* എന്ന പുസ്തകമാണ്. ഒരു പാഠപുസ്തകമെന്ന രീതിയിലാണ് ഇതിന്റെ രചന നിർവ്വഹിച്ചിട്ടുള്ളത്. ആധുനിക സമവാക്യത്തിൽ ഉപയോഗിക്കുന്ന ചിഹ്ന രീതിയിലുള്ള സമീപനം ഉപയോഗപ്പെടുത്തിയ ആദ്യത്തെ ഇറ്റാലിയൻ പുസ്തകം എന്ന വിശേഷണം കൂടി ഈ പുസ്തകം നേടിയെടുത്തു.

16-ാം നൂറ്റാണ്ടിലെ യൂക്ലിഡ് എന്നറിയപ്പെടുന്ന ജർമ്മൻ ഗണിതശാസ്ത്രജ്ഞൻ ക്രിസ്റ്റോഫർ ക്ലാവിയസ് (Christopher clavius) ധാരാളം ഗണിതശാസ്ത്രപാഠപുസ്തകങ്ങൾ രചിച്ചിരുന്നു. ഇതിൽ ബീജഗണിതം, അങ്കഗണിതം, ജ്യാമിതി എന്നീ പുസ്തകങ്ങൾ ഉൾപ്പെടുന്നു. ബീജഗണിതം പ്രചരിപ്പിക്കുന്നതിൽ ക്ലാവിയസ് ഒരു മുഖ്യ പങ്കുവഹിച്ചിട്ടുണ്ട്.

1540-ൽ ഫ്രാൻസിൽ ജനിച്ച ഫ്രാൻകോയ്സ് വീറ്റ (Francois Viete or Franciscus Vieta) ബീജഗണിതത്തിന്റെ പിതാവ് എന്നറിയപ്പെടുന്നു.ഗൂഢസന്ദേശങ്ങൾ വായിക്കുന്നതിൽ വീറ്റ വളരെ സമർത്ഥനായിരുന്നു. തന്റെ ഗണിതശാസ്ത്രപാടവവും ബുദ്ധിസാമർത്ഥ്യവുമാണ് വീറ്റയെ ഗൂഢസന്ദേശങ്ങൾ വായിക്കാൻ പ്രാപ്തനാക്കിയത്. ഫ്രാൻസും സ്പെയിനും തമ്മിലുണ്ടായ യുദ്ധത്തിൽ സ്പാനിഷ് ഭടന്മാരുടെ ഗൂഢസന്ദേശങ്ങൾ വായിച്ചെടുക്കാൻ വീറ്റയ്ക്കു സാധിച്ചിരുന്നത് ഫ്രഞ്ച് സർക്കാറിന് വലിയ അനുഗ്രഹമായിരുന്നു.

സ്പാനിഷ് ഭാഷ വീറ്റയ്ക്ക് അറിയാമായിരുന്നില്ലെങ്കിലും അതിലെ അടയാളങ്ങളും ചിഹ്നങ്ങളുമാണ് രഹസ്യം മനസ്സിലാക്കാൻ വീറ്റയെ സഹായിച്ചത്. വീറ്റയ്ക്കുമുമ്പ് ബീജഗണിതത്തിൽ ചിഹ്നങ്ങൾ ഉപയോഗിക്കുക പതിവുണ്ടായിരുന്നില്ല. ബീജഗണിതത്തിൽ കൂട്ടുക, കുറയ്ക്കുക തുടങ്ങിയവയെ സൂചിപ്പിക്കുന്ന ചിഹ്ന

ങ്ങളും അക്കങ്ങൾക്ക് പകരം അക്ഷരങ്ങളും ഉപയോഗിക്കാൻ തുടങ്ങിയത് വീറ്റയായിരുന്നു. ഫെറാറിക്കു ശേഷം ബീജഗണിതത്തിൽ ചതുർഘാതസമവാക്യങ്ങൾ നിർദ്ധാരണം ചെയ്യുന്നതിൽ കാര്യമായ പങ്കുവഹിച്ചിരുന്നതും വീറ്റയായിരുന്നു. ചതുർഘാതത്തിലുള്ള സമവാക്യങ്ങൾ മാത്രമല്ല, ആറാം കൃതിയിലുള്ള സമവാക്യങ്ങളും വീറ്റ നിർദ്ധാരണം ചെയ്തിരുന്നു.

7

ആധുനിക ബീജഗണിതം

വിവിധ ഗണിതശാസ്ത്രജ്ഞരുടെ സഹായത്തോടെ മറ്റ് ശാസ്ത്രശാഖകളോടൊപ്പം ബീജഗണിതവും വളർന്നുകൊണ്ടിരുന്നു. ബീജഗണിതത്തിന്റെ ഒരു മുഖ്യശാഖ എന്ന നിലയിൽ ആധുനിക ബീജഗണിതം രൂപം കൊണ്ടു. ഈ ശാസ്ത്രശാഖയ്ക്ക് മൗലികമായ സംഭാവന നൽകിയവരിൽ പ്രധാനിയാണ് നീൽസ് ഹെന്റ്റിക്ക് അബൽ (Niels Henrik Abel). നോർവെയിലെ ഫീനോസ് ദ്വീപിൽ 1820-ൽ ജനിച്ച അബൽ രാഷ്ട്രീയരംഗത്ത് വളരെ സ്വാധീനമുള്ള ഒരു പിതാവിന്റെ മകനായിരുന്നു. വളരെ ചെറുപ്പത്തിൽ തന്നെ മിടുക്കനായിരുന്നു അബെൽ. തന്റെ 18-ാമത്തെ വയസ്സിൽ തന്നെ 192 പേജുള്ള ഒരു ഗണിതശാസ്ത്രഗ്രന്ഥം അദ്ദേഹം രചിക്കുകയുണ്ടായി.

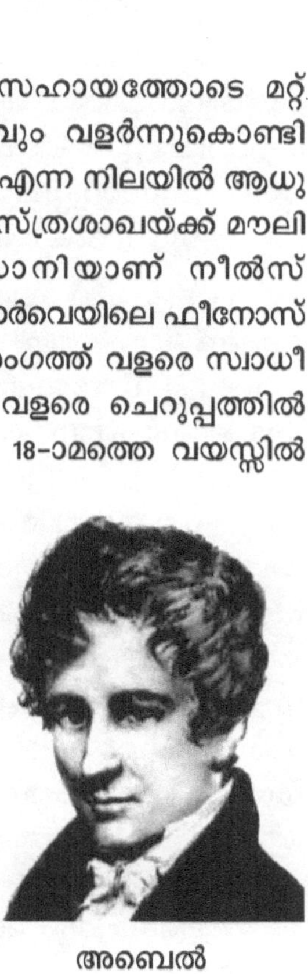

അബെൽ

പതിനെട്ടാം വയസ്സിൽ പിതാവ് അന്തരിച്ചതോടെ അബെലും കുടുംബവും അത്യധികം പട്ടിണിയിലായി. എങ്കിലും ചില അധ്യാപകരുടെ സഹായത്തോടെ ഗണിതഗവേഷണം തുടർന്നു. പതിനാറാം നൂറ്റാണ്ടിൽ കാർഡനും ഫെറാറിയും ചേർന്ന് നാലാംകൃതിയിലുള്ള സമവാക്യങ്ങളുടെ നിർദ്ധാരണം

കണ്ടുപിടിച്ചുവെങ്കിലും അഞ്ചാംകൃതിയിലുള്ള നിർദ്ധാരണം കണ്ടുപിടിച്ചിരുന്നില്ല. നൂറ്റാണ്ടുകൾ ശ്രമിച്ചിട്ടും ആർക്കും സാധിച്ചില്ല. ഇത്തരം എല്ലാ സമവാക്യങ്ങളും നിർദ്ധാരണം ചെയ്യുന്നതിന് ഒരു പൊതുസമവാക്യമില്ല എന്ന് അദ്ദേഹം കണ്ടുപിടിച്ചു. കൂടാതെ ആധുനിക ബീജഗണിതത്തിലെ പല അടിസ്ഥാനതത്വങ്ങളും അദ്ദേഹം സ്വന്തമായി കണ്ടുപിടിച്ചു. തന്റെ കണ്ടുപിടുത്തങ്ങൾ വിലയിരുത്തുവാൻ പറ്റിയ അധ്യാപകർ സർവകലാശാലയിൽ ഇല്ലെന്നു മനസിലാക്കിയ അബെൽ ഗണിതശാസ്ത്രപണ്ഡിതന്മാരെ തേടി യൂറോപ്പിലെങ്ങും അലഞ്ഞു.

പാരീസ് അക്കാഡമിയിൽ തന്റെ പ്രബന്ധങ്ങൾ അവതരിപ്പിച്ച് അംഗീകാരം നേടിയാൽ ഏതെങ്കിലും യൂറോപ്യൻ സർവകലാശാലയിൽ ജോലി ലഭിക്കുമെന്ന പ്രതീക്ഷയിൽ അബെൽ പാരീസിലെത്തി. സർവകലാശാലയ്ക്ക് അവധിക്കാലമായിരുന്നതിനാൽ രണ്ടുമാസത്തോളം ദാരിദ്ര്യപീഡ സഹിച്ച് പാരീസിൽ തന്നെ കഴിയേണ്ടിവന്നു. അവധികഴിഞ്ഞ് ഗണിതശാസ്ത്രപണ്ഡിതന്മാർ തിരിച്ചെത്തിയപ്പോൾ അവരെ ചെന്നുകണ്ട് അദ്ദേഹം തന്റെ കണ്ടുപിടുത്തങ്ങൾ സമർപ്പിച്ചു. പക്ഷെ അവർ അവയ്ക്ക് അർഹിക്കുന്ന പ്രാധാന്യം നൽകിയില്ല.

കുട്ടികൾക്ക് സ്വകാര്യ ട്യൂഷനെടുത്ത് കിട്ടുന്ന തുച്ഛവരുമാനം കൊണ്ട് ഓസ്‌ലോയിലെ ഒരു ചെറിയ വാടകവീട്ടിലാണ് അദ്ദേഹം താമസിച്ചിരുന്നത്. എക്കോബി എന്ന ഒരു ജർമ്മൻ യുവാവ് അബെലിന്റെ കണ്ടുപിടുത്തങ്ങൾ ഉപയോഗിച്ച് പ്രശസ്തിയിലേക്ക് ഉയർന്നുവന്നത് അദ്ദേഹത്തിന് മറ്റൊരു ആഘാതമായി. പട്ടിണി കിടന്നതുകൊണ്ടുള്ള ക്ഷയരോഗവും അദ്ദേഹത്തെ തളർത്തിക്കൊണ്ടിരുന്നു. ആവശ്യമായ ചികിത്സയോ ഭക്ഷണമോ കിട്ടാതെ തന്റെ ഇഷ്ടപ്പെട്ട ഗണിതഗവേഷണവുമായി ജീവിച്ച അബെൽ അകാല ചരമമടഞ്ഞു. ഗണിതശാസ്ത്രപണ്ഡിതന്മാർക്ക് വളരെ വൈകിയാണ് അദ്ദേഹത്തിന്റെ കണ്ടുപിടുത്തങ്ങളുടെ മൂല്യം മനസ്സിലാക്കാൻ സാധിച്ചത്.

ഗാൽവ

ആധുനിക ബീജഗണിതത്തിൽ മൗലികമായ കണ്ടുപിടുത്തങ്ങൾ നടത്തിയ ഇവാറിസ് ഗാൽവ (Evariste Galois) യുടെ ജീവിതവും ദുരിതപൂർണമായിരുന്നു. ഫ്രാൻസിലെ പാരീസ് നഗരത്തിനടുത്ത ഒരു ഗ്രാമത്തിൽ 1811 ൽ ജനിച്ച ഗാൽവ ചെറുപ്പത്തിൽ തന്നെ അസാമാന്യമായ ബുദ്ധിവൈഭവം പ്രകടിപ്പിച്ചിരുന്നു.

ആധുനിക ബീജഗണിതത്തിന്റെ അസ്തിവാരമായ ഗ്രൂപ്പ് സിദ്ധാന്തം (group theory) കണ്ടുപിടിച്ചത് ഗാൽവയാണ്. ഗാൽവ ഗ്രൂപ്പ്, ഗാൽവ ഫീൽഡ്, ഗാൽവ തിയറി എന്നിവ അദ്ദേഹത്തിന്റെ പേരിലറിയപ്പെടുന്നു.

അക്കാലത്തെ ഏറ്റവും പ്രശസ്തനായ ഗണിതശാസ്ത്രജ്ഞൻ കോഷി ആയിരുന്നു. പാരീസ് അക്കാദമിക്ക് ഗാൽവ സമർപ്പിച്ച ലേഖനങ്ങൾ പരിശോധിക്കാൻ അക്കാദമി കോഷിയെയാണ് ചുമതലപ്പെടുത്തിയിരുന്നത്. ഗുണങ്ങൾ ചൂണ്ടിക്കാണിക്കാതെ കോട്ടങ്ങൾ ഉയർത്തിക്കാട്ടാനാണ് കോഷി തുനിഞ്ഞത്. പ്രബന്ധങ്ങൾ തിരുത്തി സമർപ്പിക്കാൻ അദ്ദേഹം ഗാൽവയോട് ആവശ്യപ്പെട്ടു. തിരുത്തി സമർപ്പിച്ച പ്രബന്ധങ്ങൾ പരിശോധിക്കാൻ ഫൂറിയർ എന്ന ഗണിതശാസ്ത്രജ്ഞനെയാണ് ഏൽപ്പിച്ചത്. ഫൂറിയർ അധികം താമസിയാതെ അന്തരിച്ചു. ലേഖനങ്ങൾ നഷ്ടപ്പെടുകയും ചെയ്തു. കുറേ ലേഖനങ്ങൾ ശാസ്ത്രമാസികകളിൽ പ്രസിദ്ധീകരിച്ചെങ്കിലും അർഹിക്കുന്ന പ്രോത്സാഹനം ഗാൽവയ്ക്ക് ലഭിച്ചില്ല. എല്ലാറ്റിനോടും ഗാൽവയ്ക്ക് വെറുപ്പുതോന്നി. കലാലയത്തിലെ അധികൃതർക്കെതിരെ ലേഖനമെഴുതിയതിനാൽ കോളേജിൽ നിന്നും ഗാൽവയെ പുറത്താക്കി. അദ്ദേഹം ഒരു വിപ്ളവകാരിയായി മാറി. വീണ്ടും ഗണിതഗവേഷണത്തിന് മുതിർന്നെങ്കിലും ജീവിതത്തിൽ തിരിച്ചടിയുണ്ടായപ്പോൾ വിപ്ലവത്തിലേക്ക് തന്നെ കുതിച്ചുചാടി. ഗാൽവയെ അധികൃതർ അറസ്റ്റ് ചെയ്ത് ജയിലിലിലടച്ചു. ദുരിതപൂർണമായ ജയിൽ ജീവിതത്തിനിടയിൽ കോളറബാധയുണ്ടായതിനെത്തുടർന്ന് അദ്ദേഹത്തെ ആശുപത്രിയിലേക്ക് മാറ്റി. ആശുപത്രിയിൽ വെച്ച് ഒരു സുന്ദരിയുമായി അടുപ്പത്തിലായെങ്കിലും വിപ്ലവകാരിയും ജയിൽപ്പുള്ളിയുമായ അദ്ദേഹത്തെ സ്വീകരിക്കാൻ ആരും തയ്യാറാ

കോഷി

യില്ല. അത് ഗാൽവയെ നിരാശനാക്കി.

ഒരേറ്റുമുട്ടലുണ്ടാകുമെന്നും തന്റെ ജീവൻ അപകടത്തിലാവുമെന്നും ഗാൽവയ്ക്ക് തോന്നി. തന്റെ വിലയേറിയ കണ്ടുപിടുത്തങ്ങളെല്ലാം ഒരു സുഹൃത്തിന് അയച്ചുകൊടുക്കുകയും അവ ഗാസ്സിനെപ്പോലുള്ള ഗണിതപണ്ഡിതന്മാരെ കാണിക്കണമെന്ന് എഴുതുകയും ചെയ്തു. തന്റെ അന്ത്യം അടുത്തിരിക്കുന്നുവെന്ന് അറിയിച്ചുകൊണ്ട് അദ്ദേഹം നിരവധി സുഹൃത്തുക്കൾക്ക് കത്തയച്ചു. പക്ഷെ ആ കത്തുകൾ മേൽവിലാസക്കാരെ തേടിയെത്തുമ്പോഴേക്കും തന്റെ ഇരുപതാം വയസ്സിൽ, പാരീസിലെ തെരുവീഥിയിൽ ഒരു പേപ്പട്ടിയെപ്പോലെ അദ്ദേഹം കൊലചെയ്യപ്പെട്ടു കഴിഞ്ഞിരുന്നു. പത്തൊമ്പതാം നൂറ്റാണ്ടിലെ ഏറ്റവും മികച്ച ഗണിതശാസ്ത്രപണ്ഡിതന്മാരിൽ ഒരാളായ ഗാൽവയുടെ കണ്ടുപിടുത്തങ്ങളുടെ മൂല്യം പിന്നീടാണ് പണ്ഡിതർക്ക് ബോധ്യമായത്. ഡിമോർഗൻ, ഹെർഷൽ, ചാൾസ് ബാബേജ്, ഗ്രിഗറി, പീക്കോക്ക് തുടങ്ങിയ പ്രസിദ്ധ ഗണിതശാസ്ത്രജ്ഞന്മാരുടെ കൈകളിലൂടെ ബീജഗണിതം വളരെ വേഗം വളർന്നുകൊണ്ടിരിന്നു. ഇംഗ്ലണ്ടിൽ 1821ൽ ജനിച്ച ആർതർ കെയ്‌ലി (Arther Cayley) കെയ്‌ലി ആൾജിബ്രാ എന്ന പേരിൽ ഒരു ബീജഗണിതശാഖതന്നെ ആവിഷ്കരിച്ചിരുന്നു.

കെയ്‌ലി

8

ഗ്രൂപ്പ് തിയറി

നാലും അഞ്ചും കൂട്ടിയാൽ ഒമ്പത് ആണെന്ന് നമുക്കറിയാം. അഞ്ചും നാലും കൂട്ടിയാലും ഒമ്പത് കിട്ടും. ഈ രണ്ടു സങ്കലനത്തിനും ഒരേ ഉത്തരം കിട്ടുമെന്നല്ലാതെ ഇതിനെപ്പറ്റി കൂടുതലൊന്നും ചിന്തിക്കാൻ സാധാരണക്കാർ മിനക്കെടാറില്ല. പക്ഷെ ചിലരെങ്കിലും ഇതിനെപ്പറ്റി കൂടുതൽ ചിന്തിച്ചേക്കാം. എന്തുകൊണ്ട് ഈ സങ്കലനഫലങ്ങൾ തുല്യമായി ? മറ്റെല്ലാ സംഖ്യകൾക്കും ഇതേ പോലെ സങ്കലനഫലം തുല്യമാവുമോ? സങ്കലനഫലം പോലെ, മറ്റ് ക്രിയകൾക്കും തുല്യഫലങ്ങൾ ലഭിക്കുമോ? സങ്കലനത്തെ സംബന്ധിച്ച് മറ്റെന്തൊക്കെ പ്രത്യേകതകൾ നമുക്ക് കണ്ടെത്താം ? താഴെ കൊടുത്തിരിക്കുന്ന അഞ്ചു പ്രത്യേകതകൾ സങ്കലനം എന്ന ക്രിയയ്ക്കുള്ളതായി നമുക്ക് കണ്ടെത്താൻ കഴിയും.

1) രണ്ടുസംഖ്യകളുടെ തുക വീണ്ടും ഒരു സംഖ്യയായിരിക്കും(സംവൃതി നിയമം)
2) a , b , c എന്നീ മൂന്നു സംഖ്യകൾക്കും $(a + b) + c = a + (b + c)$ ആയിരിക്കും.(സംയോജന നിയമം)
3) a എന്ന ഏതു സംഖ്യയോടും പൂജ്യം കൂട്ടിയാൽ a എന്ന സംഖ്യതന്നെ ലഭിക്കും. അതായത്, $a + 0 = 0 + a = a$ (അനന്യദ നിയമം)
4) a എന്ന ഏതു സംഖ്യയോടും - a കൂട്ടിയാൽ ഫലം

പൂജ്യമായിരിക്കും. $a + (-a) = 0$ (വിപരീത നിയമം).

5) a, b എന്നിങ്ങനെയുള്ള ഏതു രണ്ടു സംഖ്യകൾക്കും $a + b = b + a$ ആയിരിക്കും. (ക്രമനിയമം).

സങ്കലനത്തിന്റെ കാര്യത്തിൽ കാണുന്ന ഈ അഞ്ചു പ്രത്യേകതകളും ഗുണനത്തിലും നമുക്ക് കാണാൻ സാധിക്കും. സങ്കലനം, ഗുണനം എന്നിവ 'ഗണിതപരമായ ആശയ' (mathematical systems)ങ്ങളാണ്. മേൽകൊടുത്തിരിക്കുന്ന തരത്തിലുള്ള പ്രത്യേകതകൾ അനുസരിക്കുന്നവയെ പൊതുവെ ഗ്രൂപ്പ് (group) എന്നറിയപ്പെടുന്നു. ഇത്തരം ഗ്രൂപ്പുകളുടെ പഠനമാണ് ഗ്രൂപ്പ് സിദ്ധാന്തം(group theory)എന്നറിയപ്പെടുന്നത്. ഈ പ്രത്യേകതകൾ ഗ്രൂപ്പ് സിദ്ധാന്തത്തിൽ axioms എന്നാണ് അറിയപ്പെടുന്നു.

ഗ്രൂപ്പ് സിദ്ധാന്തത്തിന്റെ ആശയങ്ങൾ ആദ്യമായി അവതരിപ്പിച്ചത് ജർമ്മൻ ഗണിതശാസ്ത്രജ്ഞൻ കാൾ ഫ്രെഡറിക് ഗോസ് ആണ്. ഗോസ് ആരംഭം കുറിച്ചെങ്കിലും ഇതിനെ ഒരു ഗണിതശാസ്ത്രശാഖയാക്കി മാറ്റിയത് ഫ്രഞ്ച് ഗണിതശാസ്ത്രജ്ഞൻ ഇവാരിഷെ ഗാൽവയാണ്.

ബീജഗണിതത്തിന്റെ മറ്റൊരു ശാഖയായ ബൂളിയൻ ആൾജിബ്ര (Boolean algebra) ആവിഷ്കരിച്ചത് 1815-ൽ ഇംഗ്ലണ്ടിൽ ജനിച്ച ജോർജ്ജ് ബൂൾ (George Boole) ആണ്. ബീജഗണിതത്തിന്റെ വിവിധ മേഖലകളിലും ശാഖകളിലും ഇപ്പോൾ ധാരാളം ഗവേഷണങ്ങൾ നടക്കുന്നുണ്ട്. അനുദിനം പുതിയ പുതിയ കണ്ടുപിടുത്തങ്ങൾ ഉണ്ടായിക്കൊണ്ടിരിക്കുന്നുമുണ്ട്.

ഭാരതത്തിൽ വേദകാലത്തു തന്നെ ബീജഗണിതസംബന്ധിയായ ആശയങ്ങൾ ഗണിതപണ്ഡിതന്മാർ ഉപയോഗിച്ചിരുന്നു. വേദകാലം എന്നത് ഏതുകാലഘട്ടമാണെന്ന് ഇപ്പോൾ പോലും കൃത്യമായി നിർണ്ണയിച്ചിട്ടില്ല. വേദങ്ങളിലേറ്റവും പഴക്കമുള്ള ഋഗ്വേദം രചിക്കപ്പെട്ടത് ക്രിസ്തുവിനുമുൻപ് രണ്ടായിരത്തിനും മൂവായിരത്തിനും ഇടയിലാണെന്ന് ചിലർ അഭിപ്രായപ്പെടുമ്പോൾ, ക്രിസ്തുവിന് 1200-ലധികം വർഷം മുമ്പ് ആകാനിടയില്ലെന്ന് മറ്റുചിലർ അഭിപ്രായപ്പെടുന്നു. അതു ക്രിസ്തുവിനുമുമ്പ് ആയിരം വർഷങ്ങൾക്ക് മുൻപാണെന്ന് ഉറപ്പാണ്. ഈ കാലഗണന അംഗീകരിക്കുന്ന പക്ഷം ഭാരതത്തിൽ ബീജഗണിതത്തിന്റെ ഉത്ഭവം ക്രിസ്തുവിന് മുമ്പ് പത്താം നൂറ്റാണ്ടിനു മുമ്പാണെന്ന് അനുമാനിക്കാം. വേദ

കാലബീജഗണിതത്തിൽ കാണുന്ന ബീജഗണിതപ്രശ്നങ്ങൾ വിവിധ യജ്ഞങ്ങൾക്കാവശ്യമായ വ്യത്യസ്ത പ്ലാനുകൾ തയ്യാറാക്കുന്നതിന് സഹായിക്കുന്നവയാണ്. ഒരു യജ്ഞത്തിന് ഉപയോഗിക്കുന്ന യജ്ഞവേദിയുടെ ആകൃതി മാറ്റാതെ തന്നെ എല്ലാ വശങ്ങളും ആനുപാതികമായി വലുതാക്കുകയോ ചെറുതാക്കുകയോ ചെയ്യേണ്ടിയിരുന്നു. ഇങ്ങനെ വലുതാക്കുകയും ചെറുതാക്കുകയും ചെയ്യുന്നതിന് ബീജഗണിത ആശയങ്ങളാണ് ഉപയോഗിച്ചിരുന്നത്. യാഗവേദികളുടെ വിവിധ അടുക്കുകൾ നിർമ്മിക്കാനാവശ്യമായ ഇഷ്ടികകളുടെ എണ്ണവും വലിപ്പവും കണക്കാക്കുന്നതിനുള്ള പ്രശ്നങ്ങളിൽ ബീജഗണിതരീതി ഉപയോഗിച്ചിരുന്നതായി *ബൗധായന ശുൽബസൂത്ര*ത്തിൽ നിന്ന് മനസ്സിലാക്കാം.

ഭാരതത്തിൽ ബീജഗണിതം ഗണിതശാസ്ത്രത്തിന്റെ ഒരു പ്രത്യേക ശാഖയായി രൂപംകൊള്ളുന്നത് ബ്രഹ്മഗുപ്തന്റെ കാലത്താണ്. ക്രിസ്തുവർഷം ഏഴാം നൂറ്റാണ്ടാണ് ബ്രഹ്മഗുപ്തന്റെ ജീവിതകാലം. അദ്ദേഹം ബീജഗണിതത്തിന് കുട്ടകം, കുട്ടകഗണിതം എന്നീ പേരുകളാണ് ഉപയോഗിച്ചിരുന്നത്. അജ്ഞാതരാശികൊണ്ടുള്ള ഗണിതക്രിയകൾ എന്ന നിലയിലാണ് ബീജഗണിതം എന്ന പേർ വന്നത്. ബീജി എന്ന വാക്കാണ് അജ്ഞാതരാശിയെ കുറിക്കാൻ ഉപയോഗിച്ചിരുന്നത്. ബ്രഹ്മഗുപ്തന്റെ ശിഷ്യനായ പൃഥൂകസ്വാമി ഈ പേർ നിർദ്ദേശിക്കുകയും ഭാസ്കരൻ രണ്ടാമൻ അത് ഉപയോഗിക്കാൻ തുടങ്ങുകയും ചെയ്തു. അജ്ഞാതരാശിക്ക് പല പദങ്ങൾ ഹിന്ദുഗണിതശാസ്ത്രജ്ഞൻമാർ ഉപയോഗിച്ചിരുന്നു. യാവത്, താവത്, യദ്രഛാവാഞ്ഛാ, വർണ്ണ, കാരിക, ഗുളിക, അവ്യക്ത എന്നീ പദങ്ങളാണ് അവർ അജ്ഞാതരാശിയെ കുറിക്കാനുപയോഗിച്ചിരുന്നത്. അജ്ഞാതരാശിക്ക് പകരം ശൂന്യത്തിനുള്ള പ്രതീകം *ബാക്ഷാലി* മാനുസ്ക്രിപ്റ്റിൽ ഉപയോഗിച്ചിരുന്നു. ബീജഗണിതത്തിൽ വ്യത്യസ്ത അജ്ഞാതരാശികളെ സൂചിപ്പിക്കാൻ ഇപ്പോൾ x, y, a, b, c തുടങ്ങിയ ഇംഗ്ലീഷ് അക്ഷരങ്ങളാണ് ഉപയോഗിക്കുന്നത്. ഭാരതത്തിൽ ഇവയ്ക്ക് പകരം വർണങ്ങളുടെ പേരുകൾ ഉപയോഗിച്ചിരുന്നു. ഉദാഹരണമായി കാളകം(കറുപ്പ്), നീലകം (നീല), പീതം (മഞ്ഞ), ലോഹിതം(ചുമപ്പ്) എന്നിവ ഉപയോഗിച്ചിരുന്നു. വിലപിടിച്ച രത്നങ്ങളുടെ പേരുകളും ഉപയോഗിച്ചിരുന്നു. ചില പേരുകൾക്ക് പകരം പേരുകളുടെ ചുരുക്കവും ഉപയോഗിച്ചിരുന്നു. ഉദാഹരണമായി മാണിക്യത്തെ സൂചിപ്പിക്കാൻ മാ എന്നും ഇന്ദ്രനീലത്തെ സൂചിപ്പിക്കാൻ ഇ എന്നും മുക്തഫലത്തെ

സൂചിപ്പിക്കാൻ മു എന്നും ഉപയോഗിച്ചിരുന്നു.

ഗണിതക്രിയകൾക്കും ചില ചുരുക്കരൂപങ്ങൾ ഉപയോഗിച്ചിരുന്നു. സങ്കലനക്രിയയ്ക്ക് യു എന്നാണ് ഉപയോഗിച്ചിരുന്നത്. സങ്കലനത്തിനുള്ള ഒരു പദമായ യുക്തത്തിന്റെ ചുരുക്കമായാണ് യു ഉപയോഗിച്ചിരുന്നത്. ഗുണനത്തിന് ഗു എന്നും വർഗ്ഗമാക്കുന്നതിന് വ എന്നുമാണത്രേ ഉപയോഗിച്ചിരുന്നത്.

$ax^2 = c$, $ax^2 + bx = c$ എന്നീ തരത്തിലുള്ള ദ്വിഘാതസമവാക്യങ്ങൾ *ശുൽബസൂത്ര*ങ്ങളിൽ കാണാം. ഇത്തരത്തിലുള്ള കണക്കുകൾ ആര്യഭടനും ബ്രഹ്മഗുപ്തനും കൈകാര്യം ചെയ്തിരുന്നു. ആര്യഭടൻ തന്റെ *ആര്യഭടീയം* ഗ്രന്ഥത്തിൽ പലിശയുമായി ബന്ധപ്പെട്ട ഒരു കണക്ക് താഴെ കൊടുത്തിരിക്കുന്ന രീതിയിൽ നൽകിക്കാണുന്നു.

> " മൂലഫലം സഫലം കാലമൂല ഗുണമർധമൂലകൃതിയുക്തം
> മൂലം മൂലാർ ധോനം കാലഹൃതം സ്യാത്സ്വ മൂലഫലം"

മുതലിന്മേലുള്ള പലിശയും ഈ പലിശയിന്മേലുള്ള പലിശയും കൂട്ടി അതിനെ കാലംകൊണ്ടും മുതലുകൊണ്ടും ഗുണിക്കുക. ഇതിന്റെ വർഗ്ഗമൂലമെടുക്കുക. മുതലിന്റെ പകുതി കുറച്ച് ശിഷ്ടത്തെ കാലം കൊണ്ട് ഹരിക്കുക. ഫലം മുതലിന്മേലുള്ള പലിശയായിരിക്കും എന്ന് ഈ വരികൾ അർത്ഥമാക്കുന്നു.

$ax^2 + bx = c$ എന്ന സമവാക്യത്തിലെ സമചിഹ്നത്തിന്റെ രണ്ടുവശത്തെയും 4a കൊണ്ട് ഗുണിച്ച് രണ്ടുവശത്തും b^2 കൂട്ടി ഇടതുവശത്തെ ഒരു പൂർണ്ണവർഗ്ഗമാക്കി വർഗ്ഗമൂലമെടുക്കുന്ന ഒരു രീതി ശ്രീധരൻ എന്ന ഗണിതശാസ്ത്രജ്ഞൻ തന്റെ ബീജഗണിതഗ്രന്ഥത്തിൽ നൽകിയിട്ടുണ്ട്. ശ്രീധരന്റെ ബീജഗണിതഗ്രന്ഥം നഷ്ടപ്പെട്ടുപോയെങ്കിലും ഭാസ്കരൻ രണ്ടാമൻ, ജ്ഞാനരാജൻ, സൂര്യദാസൻ എന്നിവരുടെ കൃതികളിൽനിന്ന് ശ്രീധരന്റെ വരികൾ ലഭ്യമായിട്ടുണ്ട്. ആ വരികൾ താഴെ കൊടുക്കുന്നു.

> "ചതുരാഹത വർഗസമൈരൂപൈ പക്ഷദ്വയം ഗുണയേത്
> അവ്യക്ത വർഗരൂപൈയുക്തൗപക്ഷൗതതോമൂലം"

ഇതു അർത്ഥമാക്കുന്നതിതാണ്: രണ്ടു വശങ്ങളേയും അവ്യക്തരാശിയുടെ വർഗത്തിന്റെ നാലിരട്ടികൊണ്ട് ഗുണിക്കുക. ആ അവ്യക്തരാശിയുടെ ഗുണിതത്തിന്റെ വർഗ്ഗം രണ്ട് വശത്തും കൂട്ടുക. ഇതിന്റെ വർഗ്ഗമൂലം കാണുക. ഭാരതീയ ഗണിതശാസ്ത്രജ്ഞ

ന്മാരായിരുന്ന ആര്യഭടൻ, ഭാസ്കരൻ, ബ്രഹ്മഗുപ്തൻ, ശ്രീധരൻ, മഹാവീരൻ, നാരായണൻ, ശ്രീപതി തുടങ്ങിയവരെല്ലാം തന്നെ ഭാരതത്തിൽ ബീജഗണിതത്തിന്റെ വളർച്ചയ്ക്ക് മഹത്തായ സംഭാവന നൽകിയവരാണ്.ഗണിതത്തെ ജനകീയവൽക്കരിക്കുന്നതിൽ ഭാസ്കരൻ രചിച്ച *ലീലാവതി* എന്ന ഗണിതഗ്രന്ഥം ഒരു പ്രമുഖപങ്ക് വഹിച്ചിട്ടുണ്ട്.

സ്റ്റാറ്റിസ്റ്റിക്സ്

സ്ഥിതിവിവരക്കണക്കുകൾ എന്നറിയപ്പെടുന്ന സ്റ്റാറ്റിസ്റ്റിക്സ് (statistics) ഗണിതശാസ്ത്രത്തിന്റെ ഒരു പ്രധാന ശാഖയാണ്. Statistik എന്ന ജർമ്മൻ വാക്കിൽനിന്നാണ് statistics രൂപപ്പെട്ടത്. 1719 മുതൽ 1772 വരെ ജീവിച്ചിരുന്ന ജർമ്മൻ ഗണിതശാസ്ത്രജ്ഞൻ ഗോട്ട് ഫ്രീഡ് അക്കൻവാൾ (Gottfried Achenwall)ആണ് ഈ വാക്ക് അവതരിപ്പിച്ചത്. സ്റ്റാറ്റിസ്റ്റിക്സ് എന്ന ഗണിതശാഖയുടെ ഉപജ്ഞാതാക്കളിൽ ഒരാളായി പരിഗണിക്കുന്ന ഇദ്ദേഹം രാഷ്ട്രത്തെ സംബന്ധിച്ച വിവരങ്ങൾ (data about the state) എന്ന അർത്ഥത്തിലാണ് ഈ വാക്ക് പ്രയോഗിച്ചിരുന്നത്. Statisticum Collegium എന്ന ലാറ്റിൻ വാക്കിന് രാഷ്ട്രത്തിന്റെ കൗൺസിൽ council of the state-എന്നാണ് അർത്ഥം. Statista എന്ന ഇറ്റാലിയൻ വാക്ക് രാഷ്ട്രീയക്കാരൻ (statesman or politician) എന്ന് അർത്ഥമാക്കുന്നു. സ്റ്റാറ്റിസ്റ്റിക്സ് എന്ന ഗണിതശാഖ ഒരു രാഷ്ട്രത്തിന്റെ ശാസ്ത്രം (science of the state) എന്ന നിലയിലാണ് ആരംഭിച്ചത്. ഈ ശാഖ ഇംഗ്ലീഷിൽ രാഷ്ട്രീയ അങ്കഗണിതം (political arithmetic) എന്നറിയപ്പെട്ടിരുന്നു. ഇതിൽനിന്നും ഈ ശാഖയ്ക്ക് തുടക്കത്തിൽ രാജ്യം അഥവാ രാഷ്ട്രവുമായി നേരിട്ട് ബന്ധമുണ്ടായിരുന്നു എന്നു കാണാം. ഒരു പ്രത്യേക ഗണിതശാസ്ത്രശാഖ എന്ന നിലയിൽ സ്റ്റാറ്റിസ്റ്റിക്സ് ആരംഭിച്ചത് ജേക്കബ് ബർണോലി (Jakob Bernoulli), അബ്രഹാം ഡി മൊയ്വറെ (Abraham de Moivere) എന്നിവരാണ്. ജേക്കബിന്റെ *Ars Conjectandi* (1713)അബ്രഹാമിന്റെ *Doctrines of chances* (1718) എന്നീ ഗ്രന്ഥങ്ങൾ ഈ ശാഖയെ ഒരു ഗണിതശാസ്ത്രശാഖയായി കൈകാര്യം ചെയ്ത ആദ്യഗ്രന്ഥങ്ങളാണ്. പക്ഷെ ഫർമ 1654-ലും പാസ്കൽ 1657-ലും സംഭാവ്യതാസിദ്ധാന്തവുമായി ബന്ധപ്പെടുത്തി സ്റ്റാറ്റിസ്റ്റിക്സിലെ ആശയങ്ങൾ അവതരിപ്പിച്ചിരുന്നു.

ദത്ത (data)ങ്ങളുടെ ശേഖരണം , വർഗ്ഗീകരണം, നിഗമനം എന്നിവയാണ് സ്റ്റാറ്റിസ്റ്റിക്സിൽ ഇപ്പോൾ പ്രധാനമായി കൈകാര്യം

ചെയ്യുന്നത്. പത്തൊമ്പതാം നൂറ്റാണ്ടിൽ ഇംഗ്ലീഷ് ഗണിതശാസ്ത്രജ്ഞൻ സർ ജോൺ സിംക്ലെയർ (Sir John Sinclair) ആണ് ഈ രീതിയിൽ സ്റ്റാറ്റിസ്റ്റിക്സ് അവതരിപ്പിച്ചത്.

ഒരു പഠനാവശ്യത്തിന് ശേഖരിക്കുന്ന വിവരങ്ങളാണ് ദത്തം എന്നറിയപ്പെടുന്നത്. ഒരു സ്കൂളിലെ കുട്ടികളുടെ മാർക്ക്, ഒരു രോഗിയുടെ ശരീരോഷ്മാവ്, ഒരു പ്രദേശത്തെ ജനസംഖ്യ എന്നിവയെല്ലാം ദത്തങ്ങളാണ്. ഇവ ശേഖരിച്ചശേഷം അനുയോജ്യമായ രീതിയിൽ വർഗ്ഗീകരിക്കുന്നു. ഉദാഹരണമായി ഒരു ക്ലാസിലെ കുട്ടികൾക്ക് ഒരു വിഷയത്തിൽ കിട്ടിയ മാർക്കുകളാണ് ദത്തമെങ്കിൽ ഒന്നുമുതൽ പത്തുവരെ മാർക്കുകിട്ടിയ കുട്ടികൾ, പതിനൊന്നു മുതൽ ഇരുപതുവരെ മാർക്ക് കിട്ടിയ കുട്ടികൾ ...... എന്നിങ്ങനെ വർഗ്ഗീകരിക്കാം. പൈ ഡയഗ്രം, ബാർ ഡയഗ്രം, ഒജീവ് തുടങ്ങിയ മാർഗങ്ങളിലൂടെ ഇത്തരം ദത്തങ്ങളെ അവതരിപ്പിക്കാം. മാധ്യം, മധ്യമാനം, ബഹുതമാവർത്തിതം, വിചലനമാനങ്ങൾ എന്നിവ കണ്ടുപിടിച്ച് ഇവയെ അടിസ്ഥാനമാക്കി നമുക്ക് ചില നിഗമനങ്ങളിൽ എത്തിച്ചേരാം. സർ ഐസക് ന്യൂട്ടൻ, ഫ്രാൻസിസ് ഗാൽട്ടൻ, സി ആർ റാവു, ബ്ലെയിസ് പാസ്കൽ തുടങ്ങി ധാരാളം വ്യക്തികൾ ഗണിതശാസ്ത്രത്തിന്റെ വളർച്ചയിൽ പ്രമുഖമായ പങ്കുവഹിച്ചിട്ടുണ്ട്. ആതുര ശുശ്രൂഷാരംഗത്ത് വളരെ പ്രശസ്തയായ ഫ്ളോറൻസ് നൈറ്റിംഗെയ്ൽ ഒരു സ്റ്റാറ്റിസ്റ്റിക്സ് വിദഗ്ധകൂടിയായിരുന്നു.

ഒരു രാജ്യത്തിന്റെ അഥവാ ഒരു ഗവൺമെന്റിന്റെ സ്ഥിതിവിവരക്കണക്കുകൾ എന്ന നിലയിൽ ആരംഭിച്ച സ്റ്റാറ്റിസ്റ്റിക്സ് ഇന്ന് വളരെയേറെ പുരോഗമിച്ചിരിക്കുന്നു. ധാരാളം വ്യക്തികളും സ്ഥാപനങ്ങളും ഇപ്പോൾ സ്റ്റാറ്റിസ്റ്റിക്സിനെ ഉപയോഗപ്പെടുത്തുന്നുണ്ട്. സ്റ്റാറ്റിസ്റ്റിക്സ് വിവിധ മേഖലകളിൽ കടന്നുചെന്നതോടെ അതിന് നിരവധി ഉപശാഖകളും രൂപപ്പെട്ടിട്ടുണ്ട്. സ്റ്റാറ്റിസ്റ്റിക്സിന്റെ ചില ശാഖകൾ താഴെകൊടുക്കുന്നു.

Descriptive Statistics	Inferential Statistics
Actuarial Statistics	Social Statistics
Psychological Statistics	Economic Statistics
Engineering Statistics	Business Statistics
Bio-statistics	Crime Statistics

ഇതു കൂടാതെ സ്റ്റാറ്റിസ്റ്റിക്സിലെ വിവിധ ശാഖകളും വളർന്നു

വികസിച്ചുവരുന്നുണ്ട്. അവയിൽ പ്രധാനപ്പെട്ട ഒരു ശാഖയാണ് സംഭാവ്യതാസിദ്ധാന്തം.

സംഭാവ്യതാസിദ്ധാന്തം

ഒരു പകിടയ്ക്ക് 1, 2, 3, 4, 5, 6 എന്നിങ്ങനെ ആറ് മുഖങ്ങളാണല്ലോ ഉള്ളത്. ഒരു പകിട ഒരു തവണ നിലത്തിട്ടാൽ ഏതുഭാഗം മുകളിൽ വരും? ഇവിടെ ആറ് ഭാഗങ്ങൾക്കും തുല്യ അവസരമാണുള്ളത്. ഓരോ മുഖവും വരുന്ന സംഭാവ്യത ആറിലൊന്നായിരിക്കും.സംഭാവ്യത എന്ന ആശയം വികസിച്ച് ഒരു ഗണിത ശാസ്ത്ര ശാഖയായി വളർന്നിരിക്കയാണ്. ഈ ശാഖ സംഭാവ്യതാ സിദ്ധാന്തം (theory of probability) എന്നറിയപ്പെടുന്നു.

1477-ൽ വെനീസിൽ പ്രസിദ്ധീകരിച്ച ദാന്തെയുടെ ഡിവൈൻ കോമഡി (Dante's Divina Commedia) എന്ന ഗ്രന്ഥത്തിന്റെ വ്യാഖ്യാതാവായ ബെൻവന്യൂട്ടോ ഡി ഇമോളെ (Benevenato d' Imole) പകിട എറിയുന്നതിനുള്ള സംഭാവ്യതാസിദ്ധാന്തത്തെപ്പറ്റി പ്രസ്താവിച്ചിരുന്നു. 1494-ൽ പസിയോലി (Pacioli) പ്രസിദ്ധീകരിച്ച *സുമ (Suma)* യിലാണ് ചൂതുകളിയുമായി ബന്ധപ്പെട്ട ഒരു പ്രശ്നം ഒരു ഗണിത ശാസ്ത്രത്തിൽ ഉൾപ്പെട്ടുകാണുന്നത്. 1539-ൽ കാർഡൻ (Cardan) പ്രസിദ്ധീകരിച്ച പുസ്തകത്തിലും 1536-ൽ ടാർട്ടാഗ്ലിയ (Tartaglia) പ്രസിദ്ധീകരിച്ച പുസ്തകത്തിലും സംഭാവ്യത വിഷയമായി വരുന്നുണ്ട്. പിന്നീട് പാസ്കലും ഫെർമെയും അവരവരുടേതായ രീതികളിൽ ഇതിനെ വിശദീകരിച്ചു.

1657-ൽ ഹ്യൂയിജൻസ് (Huygens) പ്രസിദ്ധീകരിച്ച ഒരു ഗ്രന്ഥമാണ് ഈ വിഷയത്തിലെ ആദ്യഗ്രന്ഥമെന്ന് വിശ്വസിക്കപ്പെടുന്നു. സംഭാവ്യതാസിദ്ധാന്തം മാത്രം ഉൾക്കൊള്ളുന്ന ആദ്യഗ്രന്ഥം 1713ൽ ജാക്വസ് ബെർണൂലി (Jacques Bernoulli)യുടെ *ആർസ് കൺജക്റ്റന്റി (Ars Conjectandi)* ആണ്. രണ്ടാമത്തെ പുസ്തകം 1718-ൽ പ്രസിദ്ധീകരിച്ച ഡി മോവിയറുടെ (De Moivre) *A Method of Calculating the Probability of Events in Play* യും മൂന്നാമത്തെ പുസ്തകം 1740-ൽ പ്രസിദ്ധീകരിച്ച സിംപ്സന്റെ (Thomas Simpson) *Law of Chance*-മാണ്. 1812-ൽ ലാപ്ലാസ് (Laplace) പ്രസിദ്ധീകരിച്ച *Theoric Analystique des Probabilities* ഈ വിഷയത്തിലെ ഒരു പ്രമുഖഗ്രന്ഥമാണ്.

കളികളിൽ സംഭാവ്യതാസിദ്ധാന്തത്തിന് വളരെയധികം പ്രാധാ

ന്യമുണ്ട്. കൂടാതെ ഓരോ പ്രദേശത്തേയും ജനങ്ങളുടെ ജനനമരണവുമായി ബന്ധപ്പെട്ട പലതും ഈ ശാസ്ത്രശാഖയുമായി വളരെയേറെ ബന്ധപ്പെട്ടിരിക്കുന്നു. ഇൻഷുറൻസ് കമ്പനിക്കാരും മറ്റും സംഭാവ്യതാസിദ്ധാന്തവുമായി ബന്ധപ്പെട്ട mortality table ഉപയോഗിക്കുന്നുണ്ട്.

കാൽക്കുലസ്

ആധുനിക ഗണിതശാസ്ത്രത്തിലെ ഒരു പ്രധാന ശാഖയാണ് കാൽക്കുലസ് (calculus). കാൽക്കുലസിലെ ആശയങ്ങൾക്ക് എപ്പോൾ, എവിടെ, ആര് രൂപം കൊടുത്തു എന്നതിനെപ്പറ്റി വളരെ വ്യക്തമായ തെളിവുകൾ ഇപ്പോഴും ലഭ്യമല്ല. ക്രിസ്തുവിന് മുമ്പ് അഞ്ചാംനൂറ്റാണ്ടിൽ ഗ്രീസിൽ ജീവിച്ചിരുന്ന ആന്റിഫെനിന്റെ (Auntiphon) കൃതിയിൽ കാൽക്കുലസിന്റെ ആശയവുമായി ബന്ധപ്പെട്ട ചില വസ്തുതകൾ ലഭ്യമാണ്. ആന്റീഫെനിന്റെ അൽപ്പംമുമ്പ് ജീവിച്ചിരുന്ന ബ്രൈസന്റെ (Bryson) കൃതിയിലും കാൽക്കുലസിലെ ആശയം ദർശിക്കാവുന്നതാണ്. ക്രിസ്തുവിന് മുമ്പ് നാലാം നൂറ്റാണ്ടിൽ ജീവിച്ചിരുന്ന യുഡോക്സസ് (Eudoxuz of Cnidus) കുറേക്കൂടി ശാസ്ത്രീയമായി ഈ ആശയങ്ങൾ കൈകാര്യം ചെയ്തതായി കാണുന്നു. ക്രിസ്തുവിന് മുമ്പ് മൂന്നാം നൂറ്റാണ്ടിൽ ജീവിച്ചിരുന്ന ആർക്കിമിഡീസ് (Archimedes) ഈ വിഷയത്തിൽ വലിയ സംഭാവനകൾ നൽകിയിട്ടുണ്ട്.

പതിനേഴാം നൂറ്റാണ്ടിൽ ജീവിച്ചിരുന്ന കെപ്ലറുടെ ശ്രമങ്ങൾ വളരെ ശ്രദ്ധാർഹമാണ്. കവലീറി (Cavalieri), റോബർവാൾ (Roberval), ഫെർമ (Fermat), അന്റോണിയോ ഡി മോൺ ഫോർട്ട് (Auntonio di Monforte), റെനെ ഡിക്രൂസ് (Rene de sluze), ഹഡ്ഡ് (Hudde), നിക്കോളസ് മാർക്കേറ്റർ (Nicolas Mercator) തുടങ്ങി നിരവധി ഗണിതശാസ്ത്രജ്ഞൻമാരുടെ സേവനങ്ങളും പ്രശംസനീയമാണ്.

ഒരു ശാസ്ത്രശാഖ എന്ന നിലയിൽ കാൽക്കുലസിനെ വളർത്തിയത് ഇംഗ്ലണ്ടുകാരനായ സർ ഐസക്ക് ന്യൂട്ടനും (Sir Isaac Newton) ജർമ്മൻകാരനായ ലിബിനിസുമാണെന്ന് ചരിത്രം പറയുന്നു. ആര് ആദ്യം കണ്ടെത്തി എന്ന കാര്യത്തിൽ രണ്ട് രാജ്യക്കാരും വലിയ കോലാഹലങ്ങൾ ഉണ്ടാക്കിയിരുന്നു. ഇവർ രണ്ടുപേരും പരസ്പരം അറിയാതെ ഒരേ കാലത്ത് കണ്ടുപിടിച്ചതാണെങ്കിലും

ന്യൂട്ടൻ കണ്ടുപിടിച്ചതായിട്ടാണ് അക്കാലത്ത് പൊതുവെ അംഗീകരിക്കപ്പെട്ടത്. പക്ഷെ പിൽക്കാലത്ത് ലിബിനിസിനാണ് അംഗീകാരം ലഭിച്ചത്. കാൽക്കുലസ് എന്റെ കണ്ടുപിടുത്തമാണെന്ന് ഒരിക്കൽ ലിബിനിസ് ജേക്കബ് ബർണൂലി (Jacob Bernoulli)യോട് പറയുകയുണ്ടായത്രെ. ജേക്കബ് ബർണൂലിയും ഈ ശാസ്ത്രശാഖ വളർത്തുന്നതിൽ നിസ്തുലമായ പങ്കുവഹിച്ചിരുന്നു.

കാൽക്കുലസിന്റെ പിതൃത്വത്തെപ്പറ്റി പാശ്ചാത്യലോകത്ത് വലിയ തർക്കങ്ങൾ നടന്നിരുന്നുവെന്നകാര്യം മുൻപ് സൂചിപ്പിച്ചുവല്ലോ. കലനശാസ്ത്രം എന്നപേരിൽ നീലകണ്ഠ സോമയാജിയും പുതുമന ചോമാതിരിയും ഇതേ ശാസ്ത്രശാഖ കേരളത്തിൽ ആരംഭിച്ചിരുന്നു. പക്ഷെ ഇപ്പോഴും ഇതിന് വേണ്ടത്ര അംഗീകാരം ലഭിച്ചിട്ടില്ല.

ഗണസിദ്ധാന്തം

ആധുനിക ഗണിതശാസ്ത്രത്തിന്റെ വിവിധ മേഖലകളിൽ വ്യാപകമായി സ്വാധീനം ചെലുത്തുന്ന ഒരു ശാഖയാണ് ഗണസിദ്ധാന്തം (set theory) ഒരു പക്ഷെ, മറ്റൊരു ഗണിതശാസ്ത്രശാഖയ്ക്കുമില്ലാത്ത ചില പ്രത്യേകതകൾ ഗണസിദ്ധാന്തത്തിനുണ്ടെന്ന് പറയാം. നൂറ്റാണ്ടുകളുടെ കാലയളവിൽ അനേകം പേരുടെ ശ്രമഫലമായിട്ടാണ് മിക്കവാറും ഗണിതശാസ്ത്രശാഖകൾ രൂപംകൊണ്ടിട്ടുള്ളത്. പക്ഷെ ഗണസിദ്ധാന്തം ജോർജ്ജ് കാന്റർ (Georg Cantor) എന്ന ഒരൊറ്റ വ്യക്തിയുടെ കണ്ടുപിടുത്തമാണ്. ഒരു നിശ്ചിതസമയത്താണ് ഈ ശാഖ ആരംഭിച്ചിരിക്കുന്നത്. മറ്റ് ശാസ്ത്രശാഖകളിൽനിന്ന് വിഭിന്നമായി ഈ ശാസ്ത്രശാഖയ്ക്ക് ധാരാളം എതിർപ്പുകളും നേരിടേണ്ടിവന്നിട്ടുണ്ട്. ഗണസിദ്ധാന്തത്തെച്ചൊല്ലി ശാസ്ത്രജ്ഞൻമാർ തന്നെ ചേരിതിരിഞ്ഞ് വാദപ്രതിവാദങ്ങളിൽ ഏർപ്പെടുകയുണ്ടായി.

ജോർജ്ജ് കാന്റർ

റഷ്യയുടെ തലസ്ഥാനമായ സെന്റ് പീറ്റേഴ്സ്ബർഗിൽ 1845 മാർച്ച് മൂന്നാംതീയതി ഒരു ധനികകുടുംബത്തിലാണ് കാന്റർ ജനിച്ചത്. പ്രാഥമികവിദ്യാഭ്യാസത്തിനുശേഷം കാന്ററെ ഒരു എൻജിനീയർ ആക്കാനായിരുന്നു പിതാവ് ആഗ്ര

ഹിച്ചത്. പക്ഷെ കാന്ററിന് ഗണിതശാസ്ത്രത്തോടായിരുന്നു പ്രിയം. അദ്ദേഹം ഗണിതപഠനത്തിന് ബർലിൻ സർവകലാശാലയിൽ ചേർന്നു. പ്രശസ്ത ഗണിതശാസ്ത്രജ്ഞരായ വയർസ്ട്രസ്, ക്രൊണേക്കർ തുടങ്ങിയവരുടെ കീഴിൽ ഗണിതം പഠിക്കുവാനുള്ള ഭാഗ്യം കാന്റർക്കുണ്ടായി. അവരുടെ കീഴിൽ ഗണിതപഠനം നടത്തിയതുകാരണം ഒരു ഗണിതപ്രതിഭയായി വളരാൻ അദ്ദേഹത്തിന് സാധിച്ചു. 1867-ൽ ഡോക്ടർ ബിരുദത്തിനുവേണ്ടി അദ്ദേഹം സമർപ്പിച്ച ലേഖനം പരിശോധകരെ അത്ഭുതപ്പെടുത്തുകയുണ്ടായി.

കാന്റർ സംഖ്യാസിദ്ധാന്തത്തിലായിരുന്നു ആദ്യം ഗവേഷണം നടത്തിക്കൊണ്ടിരുന്നത്. 1872-ൽ സ്വിറ്റ്സർലാന്റിൽ ചെന്നപ്പോൾ റിച്ചാർഡ് ഡെഡിക്കൻറിനെ (Richard Dedekind) കണ്ടു. അവരുടെ സൗഹൃദം വളരെ വളർന്നു. അവർ ധാരാളം കത്തുകൾ കൈമാറിക്കൊണ്ടിരുന്നു. ഡെഡിക്കൻറ് കാന്ററെ യുക്തിപരമായി ചിന്തിക്കാൻ പ്രേരിപ്പിച്ചു. ഇത് അദ്ദേഹത്തിന് ഒരു പുതിയ വെളിച്ചം ലഭിച്ചതുപോലെയായി. പ്രസിദ്ധ ഗണിതശാസ്ത്രപ്രസിദ്ധീകരണമായ ക്രെല്ലെ ജേർണലിൽ തന്റെ പുതിയ കണ്ടുപിടുത്തമായ ഗണസിദ്ധാന്തത്തെപ്പറ്റിയുള്ള ആദ്യലേഖനം 1878-ൽ പ്രസിദ്ധീകരിച്ചു.

ഈ പുതിയ ആശയം പല ഗണിതശാസ്ത്രജ്ഞൻമാർക്കും രുചിച്ചില്ല. ആദ്യലേഖനത്തിന്റെ തുടർച്ചയായ രണ്ടാം ലേഖനം 1878-ൽ ക്രെല്ലെ ജേർണലിലേക്ക് പ്രസിദ്ധീകരിക്കാൻ അയച്ചുകൊകൊടുത്തു. ക്രല്ലേ ജേർണലിന്റെ എഡിറ്റർമാരിൽ ഒരാൾ ക്രൊണേക്കർ ആയിരുന്നു. ക്രൊണേക്കർക്ക് ഈ വിപ്ലവാശയം ഇഷ്ടപ്പെട്ടില്ല. അദ്ദേഹം കാന്ററോട് ഈ ആശയങ്ങൾ പിൻവലിക്കാൻ ആവശ്യപ്പെട്ടു. പക്ഷെ ഒരിക്കലും പിൻവലിക്കരുതെന്നും ധൈര്യമായി മുന്നോട്ടുപോകണമെന്നും ഡെഡിക്കന്റ് നിർദ്ദേശിച്ചു. വയർസ്ട്രസു കാന്റർക്ക് ആവശ്യമായ പ്രോത്സാഹനം നൽകാൻ തയ്യാറായി. കോലാഹലങ്ങൾക്കൊടുവിൽ ലേഖനം പ്രസിദ്ധീകരിക്കപ്പെട്ടെങ്കിലും പിന്നീട് ഒരിക്കലും കാന്റർ ഇതിനെപ്പറ്റിയുള്ള ലേഖനങ്ങൾ ക്രെല്ലെ ജേർണലിന് നൽകുകയുണ്ടായില്ല.

ഗണിതശാസ്ത്രത്തെ അർബുദംപോലെ കാർന്നുതിന്നുന്ന ഒരു മഹാവ്യാധിയാണ് കാന്ററിസം എന്നുപോലും ചില ഗണിതശാസ്ത്രജ്ഞന്മാർ അഭിപ്രായപ്പെടുകയുണ്ടായി. പക്ഷെ എതിർപ്പുകളൊന്നും വക വെക്കാതെ കാന്റർ മുന്നോട്ടു പോയി.

ഗണസിദ്ധാന്തത്തെ എതിർത്ത പ്രധാനിയായിരുന്ന ക്രൊണേ

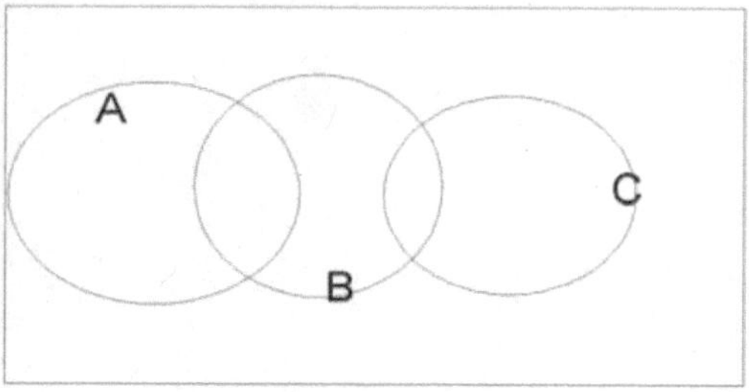

വെൻ ചിത്രങ്ങൾ

ക്കർ ഒരു പ്രായോഗികവാദിയായിരുന്നു. അദ്ദേഹം നിർമാണാത്മകമായ ഗണിതശാസ്ത്ര (constructive mathematics)- ത്തിലാണ് വിശ്വസിച്ചിരുന്നത്. ഗണിതശാസ്ത്രത്തിലെ സാങ്കൽപികത (imaginaton)-യിൽ അദ്ദേഹം വിശ്വസിച്ചിരുന്നില്ല. 1882-ൽ ലിൻഡ്മാൻ "പൈ" ഒരു അതീതസംഖ്യയാണെന്ന് തെളിയിച്ചപ്പോൾ അദ്ദേഹം അഭിപ്രായപ്പെട്ടത് ഇങ്ങനെയായിരുന്നു; 'താങ്കളുടെ സുന്ദരമായ കണ്ടുപിടുത്തംകൊണ്ട് എന്താണ് ഗുണം? അഭിന്നകങ്ങൾ ഇല്ലാത്തിടത്തോളം കാലം ഇത്തരം പ്രശ്നങ്ങളെപ്പറ്റിയൊക്കെ എന്തിന് പഠിക്കുന്നു?'

എതിർപ്പുകളെ വക വെക്കാതെ കാന്റർ ഗണസിദ്ധാന്തത്തിൽ കൂടുതൽ കൂടുതൽ കണ്ടുപിടുത്തങ്ങൾ നടത്തിക്കൊണ്ടിരുന്നു. ജോൺ വെൻ (John Venn) ഗണങ്ങളെ ചിത്രങ്ങൾ വഴി രേഖപ്പെടുത്താമെന്ന് കണ്ടുപിടിച്ചു. അങ്ങനെ വെൻ ചിത്രങ്ങൾ (Venn Diagrams) ആവിഷ്കരിക്കപ്പെട്ടു.

1897-ൽ സൂറിച്ചിൽവെച്ച് നടന്ന ഒന്നാം അന്താരാഷ്ട്ര ഗണിതശാസ്ത്ര കോൺഗ്രസിൽ ഏറ്റവും കൂടുതൽ ചർച്ചചെയ്യപ്പെട്ടതും ഏറ്റവും കൂടുതൽ ആദരവ് ലഭിച്ചതും ഗണസിദ്ധാന്തത്തിനാണെന്നറിയുമ്പോൾ ഗണസിദ്ധാന്തത്തിന് എത്ര പ്രാധാന്യമുണ്ടെന്ന് നമുക്ക് മനസ്സിലാക്കാൻ കഴിയും. ആധുനിക ഗണിതശാസ്ത്രത്തിന്റെ വിവിധശാഖകൾക്ക് പോഷണം നൽകിയും വ്യക്തത നൽകിയും ഗണസിദ്ധാന്തം വളർന്നുകൊണ്ടിരിക്കുന്നു. കാന്ററിസം ഒരു രോഗമായല്ല ഔഷധമായാണ് മാറിയത്.

ഭാഗം

III

ജ്യാമിതി

9

ജ്യാമിതിയുടെ ചരിത്രം

പേരുമായി യാതൊരു ബന്ധവുമില്ലാത്ത ഒരു വിജ്ഞാനശാഖ യാണ് ജ്യാമിതി അഥവാ geometry. ഭൂമി എന്നർത്ഥമുള്ള geo, അളവ് എന്നർത്ഥമുള്ള metry എന്നീ രണ്ടു വാക്കുകളിൽനിന്നാണ് ഭൂമിയുടെ അളവ് എന്ന് അർത്ഥം കൽപ്പിക്കാവുന്ന geometry എന്ന പേർ രൂപപ്പെട്ടത്. പക്ഷേ ഇന്നത്തെ ജ്യോമട്രിക്ക് ഭൂമിയുടെ അള വുമായി പ്രത്യക്ഷമായ ബന്ധമൊന്നുമില്ല.

നൈൽ നദിയുടെ ദാനമെന്ന് ചിലർ ജ്യാമിതിയെ വിശേഷി പ്പിക്കാറുണ്ട്. ഇതിന്റെ പേരുമായി ബന്ധപ്പെട്ട സംഭവം നടക്കുന്നത് ഈജിപ്തിലെ നൈൽനദീതീരത്താണ്. ലോകത്തിലെ ഏറ്റവും വലിയ നദികളിലൊന്നാണല്ലോ നൈൽ.

പുരാതനകാലത്ത് മനുഷ്യർ നദീതീരങ്ങളിൽ തിങ്ങിപ്പാർത്തി രുന്നതായി ചരിത്രം സൂചിപ്പിക്കുന്നു. സിന്ധുനദീതടസംസ്കാരവും നൈൽനദീതടസംസ്കാരവുമൊക്കെ ഇതിന് തെളിവുകളാണ്. ജലത്തിന്റെ ലഭ്യതയും കൃഷി ചെയ്യാനുള്ള സൗകര്യമൊക്കെയാ യിരിക്കാം നദീതടസംസ്കാരങ്ങളുടെ അടിസ്ഥാനം.

മഹാനദിയായ നൈൽ വർഷകാലങ്ങളിൽ സംഹാരരുദ്രയായി മാറിയിരുന്നു. കരകവിഞ്ഞൊഴുകുന്ന ജലം കരയിലുള്ള കുടി ലുകളെയും കൃഷിയെയും നശിപ്പിച്ചിരുന്നു. ഇങ്ങനെ വെള്ളപ്പൊക്കം വരുമ്പോൾ നദീതീരത്ത് താമസിക്കുന്ന ജനങ്ങൾ തൽക്കാലം അക

ലങ്ങളിൽ അഭയം തേടും. നദിയിൽ വെള്ളം കുറഞ്ഞാൽ അകലെ പോയവർ കരയിലേക്ക് തിരിച്ചെത്തും. വെള്ളപ്പൊക്കത്തിനു മുമ്പ് ഓരോരുത്തർക്കും കൈവശമുണ്ടായിരുന്ന ഭൂമിയുടെ അതിർത്തികളെല്ലാം നശിച്ചുപോയിരിക്കും. പരാതികളും സംഘർഷങ്ങളും സ്വാഭാവികം. എല്ലാ വർഷവും ഇത് ആവർത്തിച്ചുകൊണ്ടിരുന്നു. ഇതിന് ശാശ്വതമായ ഒരു പരിഹാരം കണ്ടെത്താൻ ഭരണാധികാരികൾ നിർബന്ധിതരായി.

ഒരു നിശ്ചിതവർഷം ഓരോരുത്തർക്കും കൈവശമുള്ള ഭൂമിയുടെ ചിത്രം വരച്ച് സൂക്ഷിക്കുകയാണെങ്കിൽ, ഈ ചിത്രം നോക്കി അതിർത്തികൾ പുനഃസ്ഥാപിക്കാമെന്ന് അവർ മനസ്സിലാക്കി. വെള്ളപ്പൊക്കത്തിൽ നശിച്ചുപോകാത്ത വലിയ പാറകൾ, മരങ്ങൾ എന്നിവയെ അടിസ്ഥാനമാക്കി, സ്ഥലത്തിന്റെ വലിപ്പത്തിന് ആനുപാതികമായ വലിപ്പമുള്ള ചിത്രങ്ങൾ തയ്യാറാക്കപ്പെട്ടു. ഈ ചിത്രങ്ങൾ ഭൂമിയുടെ അളവുകളായി അറിയപ്പെടാൻ തുടങ്ങി. ഈ ചിത്രങ്ങൾ നോക്കി അളവുകൾ പുനഃസ്ഥാപിക്കുക എളുപ്പമായിരുന്നു.

ഭൂമിയുടെ അളവുകളായി വരയ്ക്കുന്ന ചിത്രങ്ങൾക്ക് ചതുരം, സമചതുരം, ത്രികോണം തുടങ്ങിയ രൂപങ്ങളായിരിക്കുമല്ലോ. വിസ്തീർണ്ണം കണക്കാക്കുന്നതിനും ഭാഗിക്കുന്നതിനും വിത്തിന്റെ അളവു കണക്കാക്കുന്നതിനും മറ്റും ഈ ചിത്രങ്ങൾ ഉപയോഗിക്കാമെന്നു വന്നതോടെ 'ഭൂമിയുടെ അളവുകൾ' ആയ ചിത്രങ്ങൾ കൂടുതൽ പഠനവിധേയമായി. അങ്ങനെ ഒരു ശാസ്ത്രശാഖതന്നെ രൂപപ്പെട്ടു. ആകൃതികളുടെ പഠനത്തിന് പിന്നീട് ഭൂമിയുമായുള്ള ബന്ധം വിട്ടുവെങ്കിലും പേരിന് മാറ്റമുണ്ടായില്ല.

ആധുനികജ്യാമിതിയിൽ തെളിവുകൾക്ക് വളരെ പ്രാധാന്യമുണ്ടെങ്കിലും ആദ്യകാലജ്യാമിതിയിൽ 'തെളിവിന്റെ' പ്രശ്നമേയുണ്ടായിരുന്നില്ല. ബോദ്ധ്യപ്പെട്ട വസ്തുതകൾ പ്രമാണമായി സ്വീകരിക്കുകയായിരുന്നു പതിവ്.

ഗണിതശാസ്ത്രത്തിലെ അറിയപ്പെടുന്ന ആദ്യത്തെ പുസ്തകമായി (കയ്യെഴുത്തു പ്രതി) കരുതപ്പെടുന്നത് ഈജിപ്തിൽ രചിക്കപ്പെട്ട *അഹ്മസ് പപ്പൈറസാണ്*. ക്രിസ്തുവിനുമുമ്പ് 1550-ൽ രചിക്കപ്പെട്ടു എന്നാണ് ഇതിന്റെ രചനാകാലത്തെ സംബന്ധിച്ചുള്ള നിഗമനം. സ്കോട്ട്ലാന്റ്കാരനായിരുന്ന അലക്സാണ്ടർ ഹെൻറി റിൻഡ് (1833–1863) ഇത് വിലയ്ക്ക് വാങ്ങിയശേഷം *അഹ്മസ് റിൻഡ്*

പപ്പൈറസ് എന്നാണ് അറിയപ്പെടുന്നത്. ഈ ഗ്രന്ഥത്തിൽ ചതുരം, ത്രികോണം എന്നിവയുടെ അളവുകളെപ്പറ്റി പ്രതിപാദിക്കുന്നുണ്ട്. ഇതിൽ ഒരു സമപാർശ്വ ത്രികോണത്തിന്റെ പാദം b യും ഉന്നതി h ഉം ആയാൽ വിസ്തീർണ്ണം ½ bh ആയിരിക്കുമെന്ന് വ്യക്തമാക്കിയിട്ടുണ്ട്. D വ്യാസമായ ഒരു വൃത്തത്തിന്റെ വിസ്തീർണ്ണം ആധുനിക സങ്കേതമുപയോഗിച്ച് $(d - d/_2)^2$എന്ന് എഴുതാവുന്ന രീതിയിൽ വിശദീകരിച്ചിരിക്കുന്നു.

ഈജിപ്തിൽ ജ്യാമിതി വികസിച്ചുകൊണ്ടിരിക്കെ ഭാരതം, ബാബിലോണിയ, ചൈന, റോം, ഗ്രീസ് എന്നീ രാജ്യങ്ങളിലും ജ്യാമിതി വളരെ വേഗത്തിൽത്തന്നെ വികസിച്ചുകൊണ്ടിരുന്നതായി ചരിത്രം സാക്ഷ്യപ്പെടുത്തുന്നു.

വേദകാലത്തുതന്നെ ഭാരതത്തിൽ ജ്യാമിതി ആരംഭിച്ചിരുന്നു. വേദങ്ങളിൽ ഏറ്റവും പുരാതനമായ ഋഗ്വേദത്തിന്റെ കാലം ക്രിസ്തുവിനുമുമ്പ് 1500 നും 2000 ത്തിനും ഇടയ്ക്കാണെന്നാണ് പൊതുവെ കരുതപ്പെടുന്നത്. പുരാതനകാലത്തെ *വേദാംഗങ്ങൾ* എന്നറിയപ്പെടുന്ന വിജ്ഞാനസമാഹാരത്തിൽ ഉച്ചാരണശാസ്ത്രം, ക്രിയാവിധികൾ, ഭാഷാനിയമങ്ങൾ, പദവ്യുൽപ്പത്തിശാസ്ത്രം, വൃത്തശാസ്ത്രം, ഖഗോളശാസ്ത്രം എന്നിങ്ങനെ ആറ് ഭാഗങ്ങൾ ഉൾപ്പെടുന്നു. ജ്യോതിഷത്തിന്റെ ഭാഗമായ ഖഗോളശാസ്ത്രം ജ്യാമിതികൂടി പ്രതിപാദിക്കുന്നു.

ഭാരതത്തിലെ ജ്യാമിതി പുരാതനകാലത്ത് ശുൽബസൂത്രം എന്നാണ് അറിയപ്പെട്ടിരുന്നത്. ശുൽബം എന്നാൽ ചരട്, നൂല്, കയർ എന്നിങ്ങനെയൊക്കെ അർത്ഥമാകുന്നു. ശുൽബസൂത്രം എന്നാൽ 'ഒരു ചരടിന്റെ സഹായത്താൽ ഒന്നോ രണ്ടോ മൂന്നോ പരിമാണങ്ങളുള്ള ചിത്രങ്ങളുടെ അളവുകളെ (നീളം, വീതി, വ്യാസം) സംബന്ധിക്കുന്ന നിയമങ്ങളുടെ സംക്ഷേപഗ്രന്ഥം' എന്ന് അർത്ഥമെടുക്കാം. പുരാതനകാലത്ത് ചിത്രങ്ങൾ വരയ്ക്കുന്നതിനും മറ്റും ചരടുകളാണ് ഉപയോഗിച്ചിരുന്നത്. അതുകൊണ്ടുതന്നെ ഈ വിജ്ഞാനശാഖ ശുൽബസൂത്രങ്ങൾ എന്ന് അറിയപ്പെടാനിടയായി.

ശുൽബസൂത്രങ്ങളിൽ ഏറ്റവും പഴക്കമുള്ളത് *ബൗധായന ശുൽബസൂത്ര*മാണ്. മൂന്ന് അദ്ധ്യായങ്ങളിലായി 525 സൂത്രങ്ങൾ ഉൾക്കൊള്ളുന്ന *ബൗധായനശുൽബസൂത്രം* ശുൽബസൂത്രങ്ങളിൽ ഏറ്റവും വലുതുമാണ്. *ആപസ്തംബശുൽബസൂത്രം, കാത്യായന*

ശൂൽബസൂത്രം, മാണവശൂൽബസൂത്രം എന്നിവയാണ് മറ്റ് പ്രധാനപ്പെട്ട ശൂൽബസൂത്രങ്ങൾ.

നിശ്ചിത അവസരങ്ങളിൽ ചെയ്യേണ്ടുന്ന യാഗങ്ങൾക്കാവശ്യമായ യജ്ഞവേദികൾ നിർമ്മിക്കുന്നതിനുള്ള നിർദ്ദേശങ്ങളാണ് ശൂൽബസൂത്രങ്ങളിൽ ഉൾപ്പെടുന്നത്. സമചതുരങ്ങളെ ചതുരമാക്കാനും, രണ്ട് സമചതുരങ്ങളുടെ തുകയ്ക്ക് തുല്യമായ സമചതുരം നിർമ്മിക്കാനുമുള്ള രീതികൾ ശൂൽബസൂത്രങ്ങളിൽ നൽകിക്കാണുന്നു. ഇപ്പോൾ പൈഥഗോറസ് സിദ്ധാന്തമായി അറിയപ്പെടുന്ന വസ്തുതകൾ ശൂൽബസൂത്രകർത്താക്കൾക്ക് അറിയാമായിരുന്നു. പ്രായോഗികാവശ്യങ്ങൾക്കായി സമചതുരത്തിന് തുല്യവിസ്തീർണ്ണമുള്ള വൃത്തം നിർമ്മിക്കാനും വൃത്തത്തിന് തുല്യവിസ്തീർണ്ണമുള്ള സമചതുരം നിർമ്മിക്കാനും അവർ പഠിച്ചിരുന്നു. $\sqrt{2}$ ന് 1.4142156 എന്ന വിലയും $\sqrt{3}$ ന് 1.7320513 എന്ന വിലയുമാണ് അവർ സ്വീകരിച്ചിരുന്നത്.

ഭാരതത്തിലെ ജൈനമതക്കാർ ഗണിതത്തിന് പ്രത്യേകമായ പ്രാധാന്യം നൽകിയിരുന്നു. അവരുടെ മതഗ്രന്ഥങ്ങളിൽ ഗണിതശാസ്ത്രഗ്രന്ഥങ്ങളും ഉൾപ്പെട്ടിരുന്നു. ജൈനർ ജ്യാമിതിയെ രജ്ജു എന്നാണ് പേർ വിളിച്ചിരുന്നത്. അവരുടെ ഗ്രന്ഥങ്ങളിൽ ശൂൽബസൂത്രങ്ങളിലെ വസ്തുതകൾ ധാരാളമായി ഉൾപ്പെടുത്തിയിട്ടുണ്ട്.

ഒരു ശാസ്ത്രശാഖ എന്ന നിലയിലല്ല ഭാരതത്തിൽ ജ്യാമിതി വളർന്നുവന്നത് എന്നത് പ്രത്യേകം പരാമർശയോഗ്യമാണ്. ഭാരതത്തിൽ വളരെ പ്രചാരം നേടിയ ജ്യോതിഷത്തിന് ജ്യോതിശാസ്ത്രവിജ്ഞാനം അനിവാര്യമായിരുന്നു. സൂര്യൻ, ചന്ദ്രൻ, ഭൂമി മറ്റു ഗ്രഹങ്ങൾ എന്നിവയുടെ ചലനങ്ങളും സ്ഥാനവും അറിയുകയെന്നത് ജ്യോതിഷത്തിൽ അത്യാവശ്യമായിരുന്നു. ഇവ കണ്ടെത്തുന്നതിന് ഗണിതശാസ്ത്രം പൊതുവെയും ജ്യാമിതി പ്രത്യേകിച്ചും ആവശ്യമായതിനാൽ ഗണിതശാസ്ത്രം വികസിക്കാൻ കാരണമായിത്തീർന്നു എന്നു പറയാം. ഭാരതത്തിലെ പുരാതന ഗണിതശാസ്ത്രജ്ഞൻമാരിൽ ഭൂരിപക്ഷവും ജ്യോതിഷ-ജ്യോതിശാസ്ത്ര പണ്ഡിതന്മാർ കൂടിയായിരുന്നു.

ഭാരതത്തിലെ ഏറ്റവും പ്രശസ്തനായ ഗണിതശാസ്ത്രപണ്ഡിതൻ എന്ന ഖ്യാതി ആര്യഭടന് സ്വന്തമാണ്. *ആര്യഭടീയ*മെന്ന പ്രശസ്തകൃതി നൂറ്റാണ്ടുകളോളം അടിസ്ഥാനഗ്രന്ഥമായിരുന്നു.

ഗണിതവും ജ്യോതിശാസ്ത്രവും ഉൾക്കൊള്ളുന്ന ഈ കൃതിയിൽ ധാരാളം ജ്യാമിതീയ വസ്തുതകൾ കൈകാര്യം ചെയ്തിരിക്കുന്നു.

*ആര്യഭടീയ*ത്തിൽ ആര്യഭടൻ പൈയുടെ അക്കാലത്ത് കണ്ടുപിടിക്കപ്പെട്ട ഏറ്റവും കൃത്യമായ വില നൽകിക്കാണുന്നു.

"ചതുരധികം ശതമഷ്ടഗുണം
ദ്വാദഷ്ടി സ്തഥാസഹസ്രാണാം
അയുതദ്വയ വിഷ്കംഭസ്യാ
സന്നോവൃത്ത പരിണാഹ"

എന്ന *ആര്യഭടീയ*ത്തിലെ ഗണിതപാദശ്ളോകപ്രകാരം പൈയുടെ വില 3.1426 ആണ്.

ജ്യോതിഷത്തിലെ ഏറ്റവും പ്രധാനപ്പെട്ട ആധികാരിക ഗ്രന്ഥമായ *ബ്രഹദ്ജ്ജാതക*ത്തിന്റെ കർത്താവായ വരാഹമിഹിരൻ ജ്യോതിശ്ശാസ്ത്രത്തിനും തദ്വാരാ ജ്യാമിതിക്കും അനൽപ്പമായ സംഭാവന നൽകിയിട്ടുണ്ട്.

ബ്രഹ്മസ്ഫുടസിദ്ധാന്തം എന്ന പ്രഖ്യാത ഗ്രന്ഥത്തിന്റെ കർത്താവായ ബ്രഹ്മഗുപ്തൻ ത്രികോണത്തിന്റെ വിസ്തീർണ്ണത്തിനുള്ള $A = \sqrt{s(s-a)(s-b)(s-c)}$ എന്ന സൂത്രവാക്യം ആവിഷ്കരിച്ചിരുന്നു. പക്ഷേ ഹെറോണിന്റെ സൂത്രവാക്യമായിട്ടാണ് ഈ സൂത്രവാക്യം അറിയപ്പെടുന്നത്. പൈഥഗോറസിന്റെ പേരിൽ അറിയപ്പെടുന്ന ഈ സിദ്ധാന്തം ഭാരതത്തിൽ ബ്രഹ്മഗുപ്തസിദ്ധാന്തം എന്നാണ് അറിയപ്പെട്ടിരുന്നത്.

ക്രിസ്തുവർഷം പന്ത്രണ്ടാം നൂറ്റാണ്ടിനു ശേഷം ഭാരതത്തിൽ പൊതുവെ ഗണിതശാസ്ത്രത്തിന് മുൻകാലത്തെയപേക്ഷിച്ച് വളർച്ച കുറവായിരുന്നു. പക്ഷെ ഈ സമയത്ത് കേരളത്തിൽ ഗണിതശാസ്ത്രത്തിന് ഒരു സുവർണ്ണകാലമായിരുന്നു. മാധവൻ, പരമേശ്വരൻ നമ്പൂതിരി, നീലകണ്ഠസോമയാജി എന്നിവരുടെ നേതൃത്വത്തിൽ അത്ഭുതകരമായ വളർച്ചയാണ് ഗണിതത്തിന് അക്കാലത്ത് കേരളത്തിലുണ്ടായിരുന്നത്. പക്ഷെ നിർഭാഗ്യവശാൽ അക്കാലത്തെ കേരളീയരുടെ കണ്ടുപിടുത്തങ്ങൾക്ക് വേണ്ടത്ര ലോകശ്രദ്ധ പിടിച്ചുപറ്റാൻ സാധിച്ചില്ല. അക്കാലത്ത് കേരളത്തിൽ കണ്ടുപിടിക്കപ്പെട്ട ധാരാളം ഗണിതവസ്തുതകൾ മൂന്നും നാലും നൂറ്റാണ്ടിനു ശേഷം ജീവിച്ചിരുന്നവരുടെ കണ്ടുപിടുത്തങ്ങളായി അറിയപ്പെടാൻ ഇടയായിട്ടുണ്ട്.

പുരാതന ഗ്രീക്കുകാരെ സംബന്ധിച്ചിടത്തോളം ഗ്രീക്ക് ഗണിതശാസ്ത്രത്തിന്റെ ഉപജ്ഞാതാവായി അറിയപ്പെടുന്നത് ഥെയ്ൽസാണ്. ക്രിസ്തുവിന് മുമ്പ് സുമാർ 640-ൽ ജനിച്ച ഥെയ്ൽസാണ് ജ്യാമിതീയസിദ്ധാന്തങ്ങൾക്ക് തെളിവ് ആവശ്യമാണെന്ന ചിന്താപദ്ധതിക്ക് രൂപം നൽകിയത്. അതിബുദ്ധിമാനും ക്രാന്തദർശിയുമായിരുന്ന ഥെയിൽസിനെപ്പറ്റി ധാരാളം കഥകൾ പ്രചാരത്തിലുണ്ട്. സൂര്യഗ്രഹണത്തെപ്പറ്റി ആദ്യമായി പ്രവചനം നടത്തിയത് ഥെയ്ൽസാണ്. ഈജിപ്തിലെ പിരമിഡുകളിലൊന്നിന്റെ ഉയരം, അതിന്റെ നിഴലിന്റെ നീളം അളന്ന് ഥെയ്ൽസ് കണ്ടുപിടിച്ചിരുന്നു. ഒരു നിശ്ചിത നീളമുള്ള വടിയുടെ നീളവും അതിന്റെ നിഴലിന്റെ നീളവും ഉപയോഗിച്ചാണ് ഥെയിൽസ് പിരമിഡിന്റെ നീളം കണക്കാക്കിയത്.

പൈഥഗോറസ്

ഭൂമി ഉരുണ്ടതാണെന്ന് ആദ്യമായി പ്രസ്താവിച്ച പൈഥഗോറസ്, ഥെയ്ൽസിന്റെ ശിഷ്യനായിരുന്നു. തന്റെ അനുയായികളെ സംഘടിപ്പിച്ചുകൊണ്ട് പൈഥഗോറിയൻ സഹോദര സംഘം (Pythagorean Brotherhood) എന്ന പേരിൽ പൈഥഗോറസ് സ്ഥാപിച്ച സംഘടന ലോകത്തിലെ ആദ്യത്തെ കെട്ടുറപ്പുള്ള സംഘടനയാണ്. പൈഥഗോറസും അനുയായികളും ഗണിതത്തിന്, പ്രത്യേകിച്ച് ജ്യാമിതിക്ക്, നൽകിയ സംഭാവനകൾ അമൂല്യമാണ്.

ഒരു ത്രികോണത്തിന്റെ കോണുകളുടെ തുക 180 ഡിഗ്രി ആയിരിക്കുമെന്ന് കണ്ടുപിടിച്ചത് പൈഥഗോറസാണ്. ഏത് ബഹുഭുജത്തിനും തുല്യവിസ്തീർണ്ണമുള്ള മറ്റ് ബഹുഭുജങ്ങൾ നിർമ്മിക്കുന്ന വിധം പൈഥഗോറസ് കണ്ടുപിടിച്ചിരുന്നു. സംഖ്യകളെ ജ്യാമിതീയ രൂപങ്ങളുമായി ബന്ധപ്പെടുത്തിയതും പൈഥഗോറസ് ആണ്. 1, 3, 6, 10, ... എന്നിവയെ ത്രികോണവുമായി ബന്ധപ്പെടുത്തുകയും ത്രികോണസംഖ്യകൾ എന്ന് പേർ വിളിക്കുകയും ചെയ്തു. അതുപോലെ സമചതുരസംഖ്യകൾ, പഞ്ചഭുജസംഖ്യകൾ എന്നീ സംഖ്യാശ്രേണികളും രൂപപ്പെടുത്തി. ഗണിതവും സംഗീതവും തമ്മിലുള്ള ബന്ധവും, ഗണിതവും തത്വചിന്തയും തമ്മിലുള്ള ബന്ധവും ആവി

ഷ്കരിച്ചതും പൈഥഗോറസാണ്.

പൈഥഗോറസിന്റെ പേരിൽ ജ്യാമിതിയിലെ ഏറ്റവും പ്രധാനപ്പെട്ട ഒരു സിദ്ധാന്തം അറിയപ്പെടുന്നുണ്ട്. മട്ടത്രികോണത്തിന്റെ വശങ്ങളുടെ നീളവുമായി ബന്ധപ്പെട്ട സിദ്ധാന്തം. പക്ഷേ, ഇത് പൈഥഗോറസിന്റെ കണ്ടുപിടുത്തമല്ല, പൈഥഗോറസ് ജനിക്കുന്നതിനും അഞ്ഞൂറു വർഷം മുമ്പെങ്കിലും ഈ സിദ്ധാന്തത്തിന്റെ വസ്തുത ഈജിപ്തുകാർക്കും ചൈനക്കാർക്കും ഭാരതീയർക്കും അറിയാമായിരുന്നു. മാത്രമല്ല പൈഥഗോറസിന്റെ മരണശേഷം അഞ്ഞൂറ് വർഷങ്ങൾ കഴിഞ്ഞുമാത്രമാണ് ഈ സിദ്ധാന്തത്തിന് പൈഥഗോറസിന്റെ പേർ ലഭിച്ചത്.

ഥെയ്ൽസിന്റെയും പൈഥഗോറസിന്റെയും കാലത്ത് ജ്യാമിതി വളരെയേറെ പുരോഗതി പ്രാപിച്ചെങ്കിലും ജ്യാമിതിയുടെ പിതാവ് (Father of Geometry) എന്നറിയപ്പെടുന്നത് പിൽക്കാലത്ത് ജീവിച്ച യൂക്ലിഡാണ്. ക്രിസ്തുവിനുമുമ്പ് സുമാർ 640 ലാണ് ഥെയ്ൽസ് ജനിച്ചത്. യൂക്ലിഡ് ജനിച്ചത് ക്രിസ്തുവിന് മുമ്പ് 350-ലും. അന്നുവരെ നിലവിലുണ്ടായിരുന്ന ലഭ്യമായ ജ്യാമിതീയ വസ്തുതകൾ ക്രോഡീകരിച്ച് 13 ഭാഗങ്ങളുള്ള *എലിമെന്റ്സ് (elements)* എന്ന ഗ്രന്ഥം രചിച്ചതിന്റെ പ്രതിഫലമായാണ് ജ്യാമിതിയുടെ പിതൃത്വം യൂക്ലിഡിന് നൽകപ്പെട്ടത്. ഇപ്പോൾ നാം പഠിക്കുന്ന ജ്യാമിതിയുടെ പ്രാഥമികപാഠങ്ങളെല്ലാം *എലിമെന്റ്സിൽ* കാണാം. അതുകൊണ്ടുതന്നെ ഇവ യൂക്ലിഡിയൻ ജ്യാമിതി എന്ന പേരിലാണ് അറിയപ്പെടുന്നത്.

ബൈബിൾ കഴിഞ്ഞാൽ ലോകത്തിൽ ഏറ്റവും കൂടുതൽ വിൽക്കപ്പെട്ട പുസ്തകം യൂക്ലിഡിന്റെ *എലിമെന്റ്സ്* ആണെന്ന വസ്തുത തന്നെ ഈ ഗ്രന്ഥത്തിന്റെ പ്രമാണികത്വം വ്യക്തമാക്കുന്നു. ഗണിതശാസ്ത്രജ്ഞന്മാരുടെ ബൈബിൾ എന്ന് വിശേഷിപ്പിക്കുന്ന ഈ ഗ്രന്ഥത്തോട് രണ്ട് സഹസ്രാബ്ദത്തിനിടയിൽ ലോകത്ത് രചിക്കപ്പെട്ട ഭുരിപക്ഷം ജ്യാമിതീയ പുസ്തകങ്ങളും കടപ്പെട്ടിരിക്കുന്നു. രണ്ടായിരം വർഷങ്ങളോളം *എലിമെന്റ്സിലെ* വസ്തുതകൾ ആരും ചോദ്യം ചെയ്തി

യൂക്ലിഡ്

ഫ്രഡറിക്ക് ഗോസ്സ്

രുന്നില്ല. രണ്ടായിരം വർഷങ്ങൾക്ക് ശേഷം കാൾ ഫ്രഡറിക്ക് ഗോസ്സ് (Karl Frederick Gauss) എന്ന ഗണിതശാസ്ത്രജ്ഞന് *എലിമെന്റ്സി*ലെ സമാന്തരപ്രമാണത്തെപ്പററി സംശയമുണ്ടായെങ്കിലും, മറ്റുള്ളവർ വിശ്വസിക്കുകയില്ലെന്നും താൻ അപഹാസ്യനായിത്തീരുമെന്നും ഭയപ്പെട്ട് അദ്ദേഹം തന്റെ സംശയം രഹസ്യമായിവെച്ചു. പക്ഷേ അദ്ദേഹത്തിന്റെ കാലത്തുതന്നെ റീമാനും ലെബച്ച്വ്സ്കിയും ബൊള്യായും യൂക്ലിഡേതര ജ്യാമിതി അവതരിപ്പിക്കുകയുണ്ടായി. യൂക്ലിഡേതര ജ്യാമിതി അവതരിപ്പിക്കപ്പെട്ടപ്പോഴും യൂക്ലിഡിന്റെ പ്രമാണം തെറ്റാണെന്ന് വന്നില്ല. മറ്റ് വിധത്തിലുള്ള ചിന്താധാരകൾ ഉണ്ടായെന്ന് മാത്രം. യൂക്ലിഡിന്റെ ചിന്താധാരയ്ക്ക് വ്യത്യാസം വന്നതിനാൽ ഇവ അയൂക്ലിഡിയൻ ജ്യാമിതി (non-euclidean geometry) എന്ന് അറിയപ്പെടാൻ തുടങ്ങി.

യൂക്ലിഡ് ജ്യാമിതിയുടെ പിതാവായി അറിയപ്പെടുന്നുണ്ടെങ്കിലും അദ്ദേഹം തന്റെ പുസ്തകത്തിൽ 'ജ്യാമിതി' എന്ന പദം ഉപയോഗിക്കുകയുണ്ടായില്ല. ഭൂമിയുടെ അളവുമായി ജ്യാമിതിക്ക് ബന്ധമുള്ളതുകൊണ്ടാവാം അദ്ദേഹം ഈ പേർ സ്വീകരിക്കാതിരുന്നത്. സമാഹരിച്ച ജ്യാമിതീയ വസ്തുതകൾക്ക് അദ്ദേഹം അടിസ്ഥാന തത്ത്വങ്ങൾ (elements) എന്ന പേരാണ് നൽകിയിരുന്നത്. പക്ഷേ ആദ്യകാലത്ത് അച്ചടിച്ച യൂക്ലിഡിന്റെ ഗ്രന്ഥങ്ങളിൽ ആദ്യ പേജിലോ അവസാനത്തെ പേജിലോ ജ്യാമിതി എന്ന് ചേർത്തിരുന്നു.

ബിന്ദു, രേഖ, തലം എന്നിവ ഇപ്പോഴും അനിർവ്വചിത (undefined) പദങ്ങളായിട്ടാണ് കണക്കാക്കപ്പെടുന്നത്. പക്ഷേ പുരാതന ഗണിതശാസ്ത്രജ്ഞന്മാർ ഇവയ്ക്ക് നിർവ്വചനം നൽകിയിരുന്നു. 'സ്ഥാനമുള്ള ഒരു അണു (a monad having position) എന്നാണ് പൈഥഗോറസ് ബിന്ദുവിനെ നിർവ്വചിച്ചിരുന്നത്. ക്രിസ്തുവിനുമുമ്പ് നാലാം നൂറ്റാണ്ടിൽ ജീവിച്ചിരുന്ന അരിസ്റ്റോട്ടിൽ ഈ നിർവ്വചനം സ്വീകരിക്കുകയുണ്ടായി. സുമാർ ഇതേ കാലത്ത് ജീവിച്ചിരുന്ന പ്ലാറ്റോ 'ഒരു രേഖയുടെ തുടക്കം' (beginning of a line) എന്നാണ് നിർവചനം നൽകിയത്. 'ഭാഗമില്ലാത്ത ഒന്നാണ് ബിന്ദു' (A point is that which has no part) എന്ന് യൂക്ലിഡ് വിശേഷിപ്പിക്കുകയുണ്ടായി.

പ്ലേറ്റോവിന്റെ അനുയായികൾ രേഖയെ 'വീതിയില്ലാത്ത നീളം' (length without breadth) എന്നാണ് നിർവചിച്ചത്. യൂക്ലിഡ് ഈ നിർവചനം സ്വീകരിച്ചെങ്കിലും അരിസ്റ്റോട്ടിൽ ഇത്തരമൊരു വിപരീത പ്രസ്താവനയൊന്നും സ്വീകരിച്ചില്ല.

ചർമ്മം അഥവാ നിറം എന്നർത്ഥമുള്ള ഒരു വാക്കാണ് പൈഥഗോറിയൻമാർ തലത്തെ സൂചിപ്പിക്കാൻ ഉപയോഗിച്ചിരുന്നത്. രേഖ ചലിച്ചാണ് തലം ഉണ്ടാവുന്നതെന്ന് പ്ലേറ്റോ വിശദീകരിച്ചു. 'നീളവും വീതിയും മാത്രമുള്ളത്' (that which has length and breadth) എന്ന് യൂക്ലിഡ് തലത്തെ നിർവ്വചിച്ചു.

തലം നിരപ്പായതോ വക്രമായതോ ആവാം. പരന്ന തലത്തെ (plane surface) യൂക്ലിഡ് നേർരേഖയുമായി താരതമ്യപ്പെടുത്തി 'which lies evenly with the straight lines on itself' എന്ന് നിർവചിച്ചു. തലത്തിന് പിന്നീടുണ്ടായ പല നിർവ്വചനങ്ങളിൽ പത്തൊമ്പതാം നൂറ്റാണ്ടിൽ ജീവിച്ചിരുന്ന ഫൂറിയർ നൽകിയ നിർവ്വചനം കൂടുതൽ ശ്രദ്ധേയമാണ്. ഒരു സമഷ്ടി (space) യിലെ ഒരു നേർരേഖയ്ക്ക് ലംബമായി ഒരു നേർരേഖയിലെ ഒരു ബിന്ദു ഉൾക്കൊള്ളുന്ന എല്ലാ നേർരേഖകളുടെയും ആകെത്തുക ഒരു തലം നിർണ്ണയിക്കുന്നു (A plane is formed by the aggregate of all the straight lines which, passing through one point on a straight line in space, are perpendicular to that straight line) എന്നാണദ്ദേഹം നിർവചിച്ചത്.

യൂക്ലിഡിനെ സംബന്ധിച്ചിടത്തോളം ഒരു കോൺ എന്നത് ഒരു തലത്തിലുള്ള രണ്ട് രേഖകൾ ഒരു ബിന്ദുവിൽ സംഗമിക്കുമ്പോഴുണ്ടാകുന്നതാണ്. അവ ഒരു രേഖയിൽ ആവാൻ പാടില്ല എന്നും നിഷ്കർഷിക്കുന്നുണ്ട് (A plane angle is the inclination to one another of two lines in a plane which meet one another and do not lie in a straight line). ഈ നിബന്ധനയിൽനിന്നും പൂജ്യം ഡിഗ്രി 180 ഡിഗ്രി എന്നീ അളവുകളുള്ള കോണുകൾ ഒഴിവാക്കപ്പെട്ടിരിക്കുന്നു എന്ന് കാണാം. അരിസ്റ്റോട്ടിലാകട്ടെ രണ്ടു രേഖകൾ സംഗമിക്കുന്ന ചിത്രം (An angle is a figure formed by two lines which meet) എന്ന ഒരു ലഘു നിർവ്വചനത്തിൽ ഒതുങ്ങിനിന്നു.

ഒരു ബിന്ദുവിൽനിന്നും തുല്യമായ അകലത്തിൽ സ്ഥിതി ചെയ്യുന്ന ഒരു തലത്തിലുള്ള എല്ലാ ബിന്ദുക്കളും ചേർന്ന രൂപമാ

ണല്ലോ വൃത്തം. അതിനുപകരം ഒരു വൃത്തത്തെ രണ്ട് തുല്യഭാഗങ്ങളായി ഭാഗിക്കുന്ന രേഖയെ വ്യാസം (diameter) എന്നുതന്നെയാണ് യൂക്ലിഡും വിളിച്ചിരുന്നത്. പക്ഷേ ഇതേ വാക്കു തന്നെ ഒരു സമചതുരത്തിന്റെ വികർണ്ണത്തെ (diagonal) സൂചിപ്പിക്കാനും ഉപയോഗിച്ചിരുന്നു. യഥാർത്ഥത്തിൽ വികർണ്ണവും ഒരു സമചതുരത്തെ രണ്ട് തുല്യഭാഗങ്ങളായി ഭാഗിക്കുന്നുണ്ടല്ലോ.

വ്യാസം (diameter) എന്ന വാക്ക് യൂക്ലിഡ് ഉപയോഗിച്ചിരുന്നുവെങ്കിലും ആരത്തെ സൂചിപ്പിക്കുന്ന radius എന്ന വാക്ക് ഉപയോഗിച്ചിരുന്നില്ല. അതിനുപകരം ദൂരം (distance) എന്ന വാക്ക് മതി എന്നാണ് അദ്ദേഹം തീരുമാനിച്ചത്. കേന്ദ്രത്തിൽനിന്നും പരിധിയിലേക്കുള്ള ദൂരമാണല്ലോ ആരം. സുമാർ ആറാം നൂറ്റാണ്ടിൽ ജീവിച്ചിരുന്ന ബോത്തിയസ് (Boethius) ആണ് ആരത്തിന് അർദ്ധവ്യാസം എന്ന അർത്ഥം കൽപ്പിക്കാവുന്ന semidiameter എന്ന വാക്ക് ഉപയോഗിക്കാൻ തുടങ്ങിയത്. ഇതേ കാലത്ത് ഭാരതത്തിൽ ജീവിച്ചിരുന്ന ആര്യഭടൻ ഇതേ അർത്ഥമുള്ള വാക്ക് ഉപയോഗിച്ചിരുന്നു. ആര്യഭൻ നിർദ്ദേശിച്ച പേര് അറബികൾ വഴി യൂറോപ്പിലാകമാനം പ്രചരിക്കാൻ ഇടയായി. ആധുനികകാലത്ത് മാത്രമാണ് ആരത്തെ സൂചിപ്പിക്കാൻ radius എന്ന വാക്ക് ഉപയോഗിക്കാൻ ആരംഭിച്ചത്.

10

അഭിഗൃഹീതങ്ങളും അടിസ്ഥാന പ്രമാണങ്ങളും

തെളിയിക്കാൻ സാദ്ധ്യമല്ലാത്ത അഥവാ തെളിവ് ആവശ്യമില്ലാത്ത ചില സത്യങ്ങളെയാണ് ജ്യാമിതിയിൽ അഭിഗൃഹീതങ്ങളും അടിസ്ഥാന പ്രമാണങ്ങളും (axioms and postulates)ആയി കണക്കാക്കുന്നത്. ഇവ രണ്ടും തമ്മിലുള്ള വ്യത്യാസമെന്തെന്ന് വ്യക്തമായി വിശദീകരിക്കാൻ പ്രയാസമാണ്. പക്ഷേ യൂക്ലിഡ് അഭിഗൃഹീതങ്ങളും, അടിസ്ഥാനപ്രമാണങ്ങളും വേറെവേറെയായി അവതരിപ്പിച്ചിട്ടുണ്ട്. ഇവ യൂക്ലിഡിന്റെ പേരിൽ തന്നെ അറിയപ്പെടുന്നുമുണ്ട്.

യൂക്ലിഡിന്റെ അഭിഗൃഹീതങ്ങളും അടിസ്ഥാനപ്രമാണങ്ങളും താഴെ കൊടുക്കുന്നു.

അഭിഗൃഹീതങ്ങൾ

1. ഒരു വസ്തുവിന് തുല്യമായ വസ്തുക്കൾ പരസ്പരം തുല്യങ്ങളായിരിക്കും.
   (Things which are equal to the same thing are equal to one another)
2. തുല്യങ്ങളോട് തുല്യങ്ങൾ ചേർത്താൽ ഫലങ്ങളും തുല്യമായിരിക്കും.
   (If equals be added to equals the wholes are equal)
3. തുല്യങ്ങളിൽനിന്ന് തുല്യങ്ങൾ കുറച്ചാൽ ബാക്കിയുള്ള

വയും തുല്യമായിരിക്കും.
(If equals be subtracted from equals the remainders are equal)

4. പരസ്പരം ചേർന്നുനിൽക്കുന്ന വസ്തുക്കൾ തുല്യങ്ങളായിരിക്കും.
(Things which are coincided with one another are equal to one another)
5. പൂർണ്ണമായത് ഭാഗത്തേക്കാൾ കൂടുതലായിരിക്കും.

അടിസ്ഥാന പ്രമാണങ്ങൾ

1. ഒരു ബിന്ദുവിൽനിന്ന് ഏത് ബിന്ദുവിലേക്കും നേർരേഖയുണ്ടായിരിക്കും.
(A straight line can be drawn to join any two points)
2. ഒരു നേർരേഖ തുടർച്ചയായി എത്ര നീളമുള്ള നേർരേഖയായും നീട്ടാം.
(Any straight line segment can be extended to a straight line of any length)
3. ഏതു ബിന്ദു കേന്ദ്രമായും ഏതു ആരത്തിലും വൃത്തം വരയ്ക്കാം.
Given any straight line segment, it is possible to draw a circle with the centre as one end point and with the straight line as the radius)
4. എല്ലാ മട്ടകോണുകളും പരസ്പരം തുല്യമായിരിക്കും.
(All right angles are equal to one another)
5. **സമാന്തര പ്രമാണം:** രണ്ടു നേർരേഖകളിൻമേൽ പതിക്കുന്ന ഒരു നേർരേഖ അതേവശത്ത് രണ്ടു മട്ടകോണുകളിൽ കുറവായ ഉൾക്കോണുകൾ ഉണ്ടാക്കുന്നുവെങ്കിൽ, ആ രണ്ടു നേർരേഖകൾ അനന്തമായി നീട്ടിയാൽ രണ്ടു മട്ടകോണുകളിൽ കുറവായ കോണുകളുള്ള അതേഭാഗത്ത് സംഗമിക്കും.

Parallel postulate. If a straight line falling on two straight lines makes the interior angles on the same side less than two right angles , the two straight lines , if produced idifinitely, meet on that side on which are the angles less than the two right angles.

ഇവയിൽ സമാന്തരപ്രമാണം (parallel postulate) വിശദീകരിച്ചുകൊണ്ട് ഒമർ ഖയ്യാം രചിച്ച ഗ്രന്ഥം പ്രശസ്തമാണ്. ചിലർ സമാ

ന്തരപ്രമാണത്തെ ചോദ്യം ചെയ്യുകയും ഈ പ്രമാണം അനുസരിക്കാത്ത ജ്യാമിതിക്ക് രൂപം നൽകുകയും ചെയ്തിട്ടുണ്ട്. ഇത്തരം ജ്യാമിതി അയൂക്ലിഡിയൻ ജ്യാമിതി എന്നാണ് അറിയപ്പെടുന്നത് എന്ന് നേരത്തെ സൂചിപ്പിച്ചുവല്ലോ

ത്രികോണം, സമചതുരം, ചതുരം, ലംബകം തുടങ്ങിയ ജ്യാമിതീയ രൂപങ്ങളുടെ വിസ്തീർണ്ണം കാണാനുള്ള മാർഗ്ഗം ആർ കണ്ടെത്തി എന്നതിന് വ്യക്തമായ തെളിവുകൾ ലഭിച്ചിട്ടില്ല. നാലു വശങ്ങൾ വ്യത്യസ്തമായ ചതുർഭുജങ്ങളുടെ വിസ്തീർണ്ണങ്ങൾ കാണാനുള്ള വഴി കണ്ടെത്തിയത് ഏഴാം നൂറ്റാണ്ടിൽ ഭാരതത്തിൽ ജീവിച്ചിരുന്ന ബ്രഹ്മഗുപ്തനാണ്. ചതുർഭുജത്തിന്റെ വശങ്ങളുടെ നീളങ്ങൾ a, b, c, d എന്നിവയും ചുറ്റളവിന്റെ പകുതി s ഉം ആയാൽ വിസ്തീർണ്ണം $A= \sqrt{S(s-a)(s-b)(s-c)(s-d)}$ ആയിരിക്കും എന്ന് അദ്ദേഹം കണ്ടുപിടിച്ചു. ഇതിൽ d=0 ആയാൽ $A= \sqrt{S(s-a)(s-b)(s-c)}$ എന്ന് ലഭിക്കും. D=0 ആയാൽ ചതുർഭുജം ത്രികോണമാകും. ത്രികോണത്തിന്റെ വിസ്തീർണ്ണം കാണാനുള്ള ഈ സൂത്രവാക്യം ഹെറോണിന്റെ സൂത്രവാക്യം (Heron's or Hero's formula) എന്നാണ് അറിയപ്പെടുന്നത്.

a, b, c, d എന്നീ വശങ്ങളുള്ള ഒരു ചതുർഭുജത്തിന്റെ വികർണ്ണങ്ങളുടെ നീളം കാണാനുള്ള സൂത്രവാക്യം ഭാരതത്തിലെ ബ്രഹ്മഗുപ്തനും മഹാവീരനും അവതരിപ്പിച്ചിട്ടുണ്ട്. ഈ സൂത്രവാക്യങ്ങൾ താഴെ കൊടുക്കുന്നു.

$$m = \sqrt{\frac{(ac + bd)(ab + cd)}{ad + bc}}$$

$$n = \sqrt{\frac{(ab + cd)(ad + bc)}{ab + cd}}$$

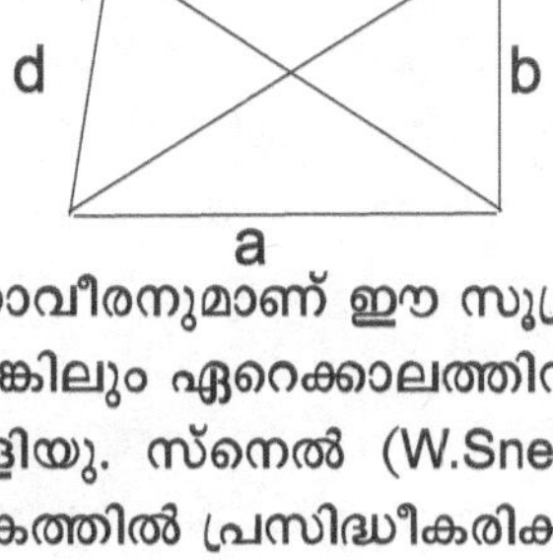

ഭാരതത്തിലെ ബ്രഹ്മഗുപ്തനും മഹാവീരനുമാണ് ഈ സൂത്രവാക്യങ്ങൾ ആദ്യമായി കണ്ടെത്തിയതെങ്കിലും ഏറെക്കാലത്തിനു ശേഷം പതിനേഴാം നൂറ്റാണ്ടിൽ ഡബ്ളിയു. സ്നെൽ (W.Snell) ഇവ കണ്ടുപിടിക്കുകയും തന്റെ പുസ്തകത്തിൽ പ്രസിദ്ധീകരിക്കുകയും ചെയ്തിരുന്നു.

ഒരു മട്ടത്രികോണത്തിന്റെ കർണ്ണം വശമായിട്ടുള്ള സമചതുര

ത്തിന്റെ വിസ്തീർണ്ണം മറ്റു രണ്ടു വശങ്ങളുടെ നീളങ്ങൾ വശങ്ങളായിട്ടുള്ള സമചതുരങ്ങളുടെ വിസ്തീർണ്ണങ്ങളുടെ തുകയ്ക്ക് തുല്യമായിരിക്കുമെന്ന പ്രമേയം പൈഥഗോറസ് സിദ്ധാന്തം എന്നാണ് ഇപ്പോൾ അറിയപ്പെടുന്നത്. പക്ഷെ പൈഥഗോറസ് ജനിക്കുന്നതിനും അഞ്ഞൂറുവർഷം മുമ്പെങ്കിലും ഈ പ്രമേയത്തിന്റെ ആശയം ഭാരതം, ഈജിപ്ത്, ചൈന എന്നീ രാജ്യക്കാർക്ക് അറിയാമായിരുന്നു. മാത്രമല്ല പൈഥഗോറസിന്റെ ചരമശേഷം അഞ്ഞൂറുവർഷം കഴിഞ്ഞ് മാത്രമാണ് ഈ പ്രമേയത്തിന് പൈഥഗോറസ് സിദ്ധാന്തം എന്ന പേർ നൽകിയത്. പൈഥഗോറസ് ജ്യാമിതിക്ക് നൽകിയ സേവനങ്ങളെ മാനിച്ചുകൊണ്ട് അദ്ദേഹത്തിന് ഒരു സ്മാരകമായാണ് ജ്യാമിതിയിലെ ഏറ്റവും പ്രധാനപ്പെട്ട ഒരു സിദ്ധാന്തത്തിന് അദ്ദേഹത്തിന്റെ പേർ നൽകിയത്. ഇതുവഴി അദ്ദേഹത്തിന്റെ പേർ ജ്യാമിതിയിൽ ശാശ്വതമാക്കാൻ സഹായിച്ചിട്ടുണ്ടെങ്കിലും ഈ സിദ്ധാന്തത്തിന്റെ പിതൃത്വം അദ്ദേഹത്തിൽ ആരോപിതമാകാൻ ഇടയാക്കിയിട്ടുണ്ട്. ഭാരതത്തിൽ ഈ സിദ്ധാന്തം ബ്രഹ്മഗുപ്തസിദ്ധാന്തം എന്നാണ് അറിയപ്പെട്ടിരുന്നത്.

പൈഥഗോറസ് സിദ്ധാന്തം എന്ന് ഇപ്പോൾ അറിയപ്പെടുന്ന സിദ്ധാന്തത്തിന് ആദ്യമായി ഒരു തെളിവ് നൽകിയത് പൈഥഗോറസ് ആയിരുന്നുവെന്ന് ചില ചരിത്രകാരന്മാർക്ക് അഭിപ്രായമുണ്ട്. പ്രോക്ലസ് (Proclus), പ്ലൂട്ടാർക്ക് (Plutarch), സിസറോ (Cicero) എന്നീ ചരിത്രകാരന്മാരാണ് ഈ അഭിപ്രായം രേഖപ്പെടുത്തിയിട്ടുള്ളത്. ഇവരെല്ലാം തന്നെ പൈഥഗോറസിന്റെ ജീവിതകാലത്തിനും അഞ്ഞൂറു വർഷം കഴിഞ്ഞ് ജീവിച്ചവരാണ്. പൈഥഗോറസിന്റെ സമകാലീനരോ സമീപകാലത്തു ജീവിച്ചിരുന്നവരോ ആയ ആരും ഈ കാര്യം സൂചിപ്പിക്കാത്തതിനാൽ ഈ പ്രസ്താവന സംശയത്തിന്റെ നിഴലിലാണുള്ളത്. ഇപ്പോൾ പൈഥഗോറസ് സിദ്ധാന്തത്തിന് നൂറുകണക്കിന് തെളിവുകൾ കണ്ടുപിടിക്കപ്പെട്ടിട്ടുണ്ട്.

പൈഥഗോറസ് സിദ്ധാന്തപ്രകാരം ഒരു മട്ടത്രികോണത്തിൽ കർണ്ണവർഗ്ഗം = പാദവർഗ്ഗം + ലംബവർഗ്ഗം എന്ന സൂത്രവാക്യം ശരിയാകുമല്ലോ ഒരു ഉദാഹരണമായി നമുക്ക് $5^2 = 3^2 + 4^2$ എന്ന്

പരിഗണിക്കാം 3, 4, 5 എന്നീ സംഖ്യകളെ പൈഥഗോറിയൻ സംഖ്യാത്രയങ്ങൾ എന്നു വിളിക്കുന്നു. ക്രിസ്തുവിന് വളരെ മുമ്പ് ഭാരതത്തിൽ രചിക്കപ്പെട്ട *ശൂൽബസൂത്ര*ങ്ങളിൽ 3, 4, 5 എന്നീ സംഖ്യകൾ തമ്മിലുള്ള ബന്ധം നൽകിയിട്ടുണ്ട്. *ആപസ്തംബശൂൽബസൂ*ത്രത്തിൽ മട്ടകോണുകളുണ്ടാക്കുന്നതിന് 3, 4, 5; 12, 16, 20 ; 15, 20, 25; 5, 12, 13 എന്നീ അളവുകളുള്ള ചരടുകൾ ഉപയോഗിക്കാനാണ് നിർദ്ദേശിക്കപ്പെടുന്നത്.

11

ഖരജ്യാമിതി

സാധാരണ ജ്യാമിതിയിൽ കൈകാര്യം ചെയ്യുന്ന ബിന്ദു, രേഖ, ത്രികോണം, ചതുർഭുജം എന്നീ രൂപങ്ങൾ നീളം, വീതി എന്നീ രണ്ട് മാനങ്ങൾ (dimensions) ഉൾക്കൊള്ളുന്നവയാണ്. നീളം, വീതി എന്നിവ കൂടാതെ ഉയരം എന്ന മാനം കൂടിയുള്ള ജ്യാമിതീയരൂപങ്ങളെപ്പറ്റിയുള്ള പഠനശാഖയാണ് ഖരജ്യാമിതി (solid geometry) സമഘനിക (cube), പിരമിഡ് (pyramid), ഗോളം (sphere) എന്നിങ്ങനെയുള്ള ത്രിമാനരൂപങ്ങളാണ് ഖരജ്യാമിതിയിൽ കൈകാര്യം ചെയ്യുന്നത്. രണ്ട് മാനങ്ങളിലുള്ള രൂപങ്ങൾ കൈകാര്യം ചെയ്യുന്ന ജ്യാമിതി സമതലജ്യാമിതി (plane geometry) എന്നാണ് അറിയപ്പെടുന്നത്.

യൂക്ലിഡിന്റെ കാലത്തുതന്നെ ഖരജ്യാമിതി ആരംഭിച്ചിരുന്നു എന്നു പറയാം. നീളവും, വീതിയും ഉയരവും തുല്യമായ സമഘനികയെ യൂക്ലിഡ് ക്യൂബസ് (cubus) എന്നാണ് വിളിച്ചിരുന്നത്. ഒന്നാം നൂറ്റാണ്ടിൽ ജീവിച്ചിരുന്ന ഹെറോണും ഇതേ പേരാണ് ഉപയോഗിച്ചത്. സ്തംഭങ്ങളെ ഇപ്പോൾ സൂചിപ്പിക്കാനുപയോഗിക്കുന്നത് പ്രിസം (prism)എന്ന ഒരു വാക്കാണ്. ഇത് ഒരു ഗ്രീക്ക് വാക്കാണ്. യൂക്ലിഡ് തന്റെ *എലിമെന്റ്സ്* എന്ന ഗ്രന്ഥത്തിന്റെ പതിനൊന്നാം ഭാഗത്ത് ഇതിന്റെ നിർവചനം നൽകിയിരുന്നു. ഇതേ നിർവചനമാണ് ഇപ്പോഴും ഉപയോഗിക്കുന്നത്.

ഈജിപ്തിലെ പിരമിഡുകൾ ലോകപ്രശസ്തമാണല്ലോ. ഗ്രീക്കുകാർക്ക് പിരമിഡ് എന്ന വാക്ക് ലഭിച്ചത് ഈജിപ്തിൽ നിന്നാകാം. തീ കത്തുന്നത് ഏതാണ്ട് പിരമിഡ് ആകൃതിയിലായതിനാൽ 'തീ' എന്നർത്ഥമുള്ള ഒരു വാക്കിൽനിന്നാണ് പിരമിഡ് എന്ന് വാക്ക് രൂപം കൊണ്ടത്. 'തീയുടെ ആകൃതിയുള്ള രൂപ'മെന്ന് പലപ്പോഴും പിരമിഡ് വിശേഷിപ്പിക്കപ്പെടാറുണ്ട്.

ഗോളത്തിനുള്ള sphere എന്ന വാക്ക് ലാറ്റിനിൽ നിന്നാണ് ഗ്രീക്കിലെത്തിയത്. ഗോളത്തിനുള്ള ലാറ്റിൻ വാക്ക് sphaira എന്നാണ്. ഗോളത്തിന്റെ വ്യാപ്തം കണ്ടുപിടിക്കാനുള്ള ഒരു സൂത്രവാക്യം ആവിഷ്കരിച്ചത് ആർക്കിമിഡീസ് ആണ്. ഒരേ ആരമുള്ള വൃത്തസ്തൂപികയുടെയും ഗോളത്തിന്റെയും വ്യാപ്തങ്ങൾ തമ്മിലുള്ള ബന്ധത്തെ അടിസ്ഥാനമാക്കിയാണ് അദ്ദേഹം ഒരു സൂത്രവാക്യം ആവിഷ്കരിച്ചത്. ഈ സൂത്രവാക്യം ഇപ്പോൾ പ്രചാരത്തിലുള്ള $V = (4/3) \Pi r^3$ എന്ന സൂത്രവാക്യവുമായി പൊരുത്തപ്പെടുന്നുണ്ട്.

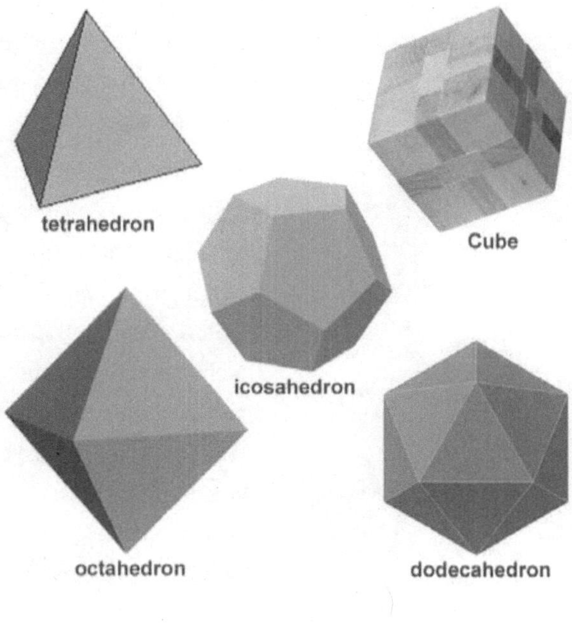

രേഖാഖണ്ഡങ്ങൾ വശങ്ങളായിട്ടുള്ള ദ്വിമാനരൂപങ്ങൾ ബഹുഭുജങ്ങൾ (polygons) എന്നറിയപ്പെടുന്നു. ഇതിന് സമാനമായ ത്രിമാന രൂപങ്ങൾ പോളിഹെഡ്രൻ (polyhedron) എന്നറിയപ്പെടുന്നു. പോളിഹെഡ്രൻ എന്ന വാക്ക് യൂക്ലിഡ് തന്റെ *എലിമെന്റ്സിൽ* ഉപയോഗിച്ചിട്ടില്ല. Octahedron, dodecahedron എന്നീ രൂപങ്ങളെപ്പറ്റി പറയുന്നുണ്ടെങ്കിലും പൊതുരൂപമായ polyhedronനെപ്പറ്റി അദ്ദേഹം ഒരു പരാമർശവും നടത്തിയിട്ടില്ല.

ഗണിതശാസ്ത്രജ്ഞന്മാരുടെ സ്രഷ്ടാവായി അറിയപ്പെടുന്ന പ്ലേറ്റോവിന് ഇത്തരം ഘനരൂപങ്ങളിൽ വളരെ താൽപ്പര്യമായിരുന്നു. ക്യൂബ് (cube) , ടെട്രാഹെഡ്രൻ (tetrahedron), ഒക്ടാഹെഡ്രൻ (octahedron), ഡൊഡെക്കാഹെഡ്രൻ (dodecahedron), ഇകോസാഹെഡ്രൻ (Icosahedron) എന്നീ അഞ്ച് ഘനരൂപങ്ങളെ അദ്ദേഹം ദിവ്യഘനരൂപങ്ങൾ (divine solids) എന്നാണ് വിശേഷിപ്പിച്ചിരുന്നത്. ഈ ഘനരൂപങ്ങൾ അദ്ദേഹത്തിന്റെ പേരിൽ പ്ലേറ്റോണിക്ക് ഘനരൂപങ്ങൾ (Platonic Solids) എന്ന് അറിയപ്പെടുന്നു.

പൈഥഗോറിയന്മാരെ സംബന്ധിച്ചിടത്തോളം ഏറ്റവും സമ്പൂർണ്ണമായ ഘനരൂപമായിട്ടാണ് ഗോളത്തെ കണക്കാക്കിയിരുന്നത്. പ്ലേറ്റോവിന്റെ അഞ്ച് ദിവ്യരൂപങ്ങളും ഒരു ഗോളത്തിൽ അടക്കം ചെയ്യാം. ഇങ്ങനെ അടക്കം ചെയ്യുമ്പോൾ ദിവ്യരൂപങ്ങളുടെ എല്ലാ മൂലകളും ഗോളത്തെ സ്പർശിക്കും.

കെപ്ളർ

പതിനാറാം നൂറ്റാണ്ടിൽ ജീവിച്ചിരുന്ന ജർമ്മൻ ഗണിതശാസ്ത്രജ്ഞൻ കെപ്ലർ അഞ്ച് ദിവ്യരൂപങ്ങൾക്ക് കൂടുതൽ മഹത്വം കൽപ്പിക്കാൻ തയ്യാറായി. അദ്ദേഹത്തിന്റെ കാലത്ത് അഞ്ച് ഗ്രഹങ്ങൾ മാത്രമേ കണ്ടുപിടിച്ചിരുന്നുള്ളൂ. ഈ അഞ്ചു ഗ്രഹങ്ങളെ അദ്ദേഹം അഞ്ചു രൂപങ്ങളുടെ സഞ്ചാരപഥങ്ങളുമായി പൊരുത്തപ്പെടു

ത്തുകയുണ്ടായി. പക്ഷെ പിന്നീട് അദ്ദേഹം ഗ്രഹങ്ങളുടെ സഞ്ചാരപഥം വൃത്തമല്ല ദീർഘവൃത്തമാണെന്ന് മനസ്സിലാക്കിയതോടെ തന്റെ കണ്ടുപിടിത്തം പിൻവലിക്കുകയുണ്ടായി.

പതിനെട്ടാം നൂറ്റാണ്ടിൽ (1707 - 1783) ജീവിച്ചിരുന്ന സ്വിസ്സ് ഗണിതശാസ്ത്രജ്ഞൻ ലിയോനാർഡ് യൂളർ (Leonard Euler) ഘന രൂപങ്ങളുടെ വക്ക്, മൂല, മുഖം എന്നിവയുടെ എണ്ണത്തെ ബന്ധിച്ചുകൊണ്ട് ഒരു സൂത്രവാക്യം ആവിഷ്കരിക്കുകയുണ്ടായി. ഒരു ഘന രൂപത്തിന്റെ മുഖങ്ങളുടെ എണ്ണം Fഉം മൂലകളുടെ എണ്ണം Vഉം വക്കുകളുടെ എണ്ണം Eഉം ആയാൽ F+V-E = 2 ആയിരിക്കും എന്ന് അദ്ദേഹം പ്രസ്താവിച്ചു. F+V = E+ 2 എന്ന ആശയം ആർക്കിമിഡീസിന് തന്നെ അറിയാമായിരുന്നുവത്രേ. പക്ഷേ പതിനാറാം നൂറ്റാണ്ടുവരെ ഇത് ഒരു സൂത്രവാക്യ രീതിയിൽ അവതരിപ്പിച്ചിരുന്നില്ല. പതിനേഴാം നൂറ്റാണ്ടിൽ ജീവിച്ചിരുന്ന ദക്കാർത്തെ യൂളർ (1596 - 1650) ഇത് ഒരു സൂത്രവാക്യമായി അവതരിപ്പിച്ചു. പക്ഷെ 1752-ൽ പെട്രോഗ്രാഡിൽ വെച്ച് ഓയ്ലർ സ്വന്തമായി ആവിഷ്കരിച്ച് പ്രഖ്യാപിച്ചു. ഇത് പോളിഹെഡ്രോൺ സിദ്ധാന്തം (Polyhedron Theorem) എന്നറിയപ്പെടുന്നു.

യൂളർ

ക്രിസ്തുവിനുമുമ്പ് സുമാർ 428 - 348 കാലത്ത് ജീവിച്ചിരുന്ന പ്ലേറ്റോ ഗണിതപഠനത്തിനായി അക്കാദമി സ്ഥാപിച്ചിരുന്നു, 'ജ്യാമിതി അറിയാത്തവർ ഈ പടി കടക്കാനിടവരാതിരിക്കട്ടെ' എന്ന് അക്കാദമിയുടെ പടിവാതിലിൽ എഴുതിയിരുന്നുവത്രെ. ഗണിതശാസ്ത്രത്തെ, പ്രത്യേകിച്ചും ജ്യാമിതിയെ അദ്ദേഹം എത്രമാത്രം ഇഷ്ടപ്പെട്ടിരുന്നു എന്നത് അദ്ദേഹത്തിന്റെ നിലപാടിൽനിന്ന് മനസ്സിലാക്കാം.

നൂറ്റാണ്ടുകളോളം ഗണിതശാസ്ത്രജ്ഞൻമാരെ കുഴക്കിയ

പ്രശ്നങ്ങളിലൊന്നായിരുന്നു ഒരു ക്യൂബിന്റെ ഇരട്ടി വ്യാപ്തമുള്ള ക്യൂബിന്റെ നിർമ്മിതി. ക്രിസ്തുവിന് മുമ്പ് അഞ്ചാം നൂറ്റാണ്ടിൽ ജീവിച്ചിരുന്ന ഹിപ്പോക്രാറ്റസ് ഈ പ്രശ്നം പരിഹരിക്കാൻ ശ്രമിച്ചിരുന്നു. ക്രിസ്തുവിന് മുമ്പു ജീവിച്ചിരുന്ന അർക്കൈറ്റാസും ഇറാത്തോസ്തനീസും ഡയോക്ലസും ഈ ശ്രമം തുടർന്നു. വീറ്റോ, ദക്കാർത്തെ, ഫെർമ, ന്യൂട്ടൻ തുടങ്ങിയവരെയെല്ലാം ഈ പ്രശ്നം ആകർഷിക്കുകയുണ്ടായി.

12

ത്രികോണമിതി

മൂന്നു വശങ്ങളുള്ള ബഹുഭുജമാണ് ത്രികോണം. ത്രികോണത്തിന്റെ വശങ്ങളുടെ അംശബന്ധത്തെ അടിസ്ഥാനമാക്കി രൂപപ്പെട്ടിട്ടുള്ള ഗണിത ശാഖയാണ് ത്രികോണമിതി (trigonometry). ത്രികോണം എന്നർത്ഥമുള്ള trigon, അളവ് എന്നർത്ഥമുള്ള metry എന്നീ പദങ്ങൾ ചേർന്നാണ് trigonometry എന്ന വാക്ക് രൂപപ്പെട്ടത്.

ത്രികോണമിതിയുടെ പിതാവായി അറിയപ്പെടുന്നത് ഗ്രീക്ക് ഗണിതശാസ്ത്രജ്ഞൻ ഹിപ്പാർക്കസ് (Hipparchus) ആണ്. ക്രിസ്തുവിന് മുമ്പ് സുമാർ 180 ൽ ഗ്രീസിലെ ബൈസെന്റിയം നഗരത്തിനടുത്ത് നിക്കായിച്ചയിൽ ജനിച്ച ഹിപ്പാർക്കസിന്റെ ജീവചരിത്രത്തെക്കുറിച്ച് വളരെ കുറച്ച് അറിവുകളേ നമുക്ക് ലഭിച്ചിട്ടുള്ളൂ. മൂന്ന് നൂറ്റാണ്ടിനു ശേഷം ജീവിച്ചിരുന്ന ടോളമി (Ptolemy) യിൽ നിന്നാണ് ഹിപ്പാർക്കസിനെപ്പറ്റി മനസ്സിലാക്കാൻ സാധിച്ചത്.

ടോളമി

ഹിപ്പാർക്കസിനു വളരെമുമ്പു തന്നെ ത്രികോണത്തെപ്പറ്റി പഠനം നടന്നിരുന്നു. ക്രിസ്തുവിനും സുമാർ 1550 വർഷങ്ങൾക്കു മുമ്പ് രചിക്കപ്പെട്ട *അഹ്മസ് പപ്പൈറസ് (Ahmas Pappyrus)* ൽ

ത്രികോണത്തെ സംബന്ധിച്ച പ്രശ്നങ്ങൾ ഉൾപ്പെടുന്നുണ്ട്.

പുരാതനകാലത്ത് സമയം കണക്കാക്കുന്നതിന് നോമൺ (gnomon) ഉപയോഗിച്ചിരുന്നു. തുറസായ സ്ഥലത്ത് കുത്തനെ ഉറപ്പിച്ചിരിക്കുന്ന വടി അഥവാ ദണ്ഡ് ആണിത്. നോമണിന്റെ നിഴലിന്റെ നീളം അളന്നാണ് സമയം കണക്കാക്കുന്നത്. ത്രികോണമിതിയുടെ ആശയം ഉപയോഗിച്ചാണ് സമയം കണക്കു കൂട്ടുന്നത്. ബാബിലോണിയക്കാരിൽനിന്നാണ് നോമണിന്റെ ആശയം ഗ്രീക്കുകാർക്ക് ലഭിച്ചത് എന്ന് ഹെറോഡോട്ടസ് പ്രസ്താവിച്ചിട്ടുണ്ട്. ക്രിസ്തുവിന് മുമ്പ് സുമാർ 525-ൽ അനാക്സിമാന്റർ (Anaximander) ഗ്രീസിൽ ആദ്യമായി ഒരു നോമൺ സ്ഥാപിച്ചതായി ചരിത്രകാരന്മാർ പ്രസ്താവിച്ചിട്ടുണ്ട്. നിഴലിന്റെ സഹായത്തോടെ ഥെയ്ൽസ് പിരമിഡിന്റെ ഉയരം കണക്കാക്കിയതായി ചരിത്രത്തിൽ പ്രസ്താവിച്ചിട്ടുണ്ട്. ഇവിടെയും ത്രികോണമിതിയിലെ ആശയമാണ് ഥെയ്ൽസ് ഉപയോഗിച്ചിരുന്നത്.

ഹിപ്പാർക്കസ് തന്റെ കണ്ടുപിടിത്തവുമായി ബന്ധപ്പെട്ട് 12 പുസ്തകങ്ങൾ രചിച്ചിരുന്നതായി തിയോൺ (Theon of Alaxandria) തന്റെ ഗ്രന്ഥത്തിൽ പ്രസ്താവിച്ചിട്ടുണ്ട്. പക്ഷെ ഈ ഗ്രന്ഥങ്ങളെല്ലാം നഷ്ടപ്പെട്ടു പോവുകയാണുണ്ടായത്.

ഭാരതത്തിലെ ആര്യഭടൻ, ബ്രഹ്മഗുപ്തൻ, ഭാസ്കരാചാര്യർ, വരാഹമിഹിരൻ എന്നീ ഗണിതശാസ്ത്രജ്ഞൻമാർ ത്രികോണമിതിയുടെ വളർച്ചയിൽ മുഖ്യമായ പങ്കു വഹിച്ചവരാണ്. ത്രികോണമിതിയിലെ ഒരു അംശബന്ധത്തിന് ആദ്യമായി പേർ നൽകിയത് ആര്യഭടനായിരുന്നു.

ത്രികോണമിതിയിൽ ആറ് അംശബന്ധങ്ങളാണ് ഉപയോഗിക്കുന്നത്. ഒരു മട്ടത്രികോണത്തിന്റെ മൂന്ന് വശങ്ങളാണ് ത്രികോണമിതി അംശബന്ധങ്ങൾക്ക് (Trigonometric ratios) ആധാരമായിട്ടുള്ളത്.

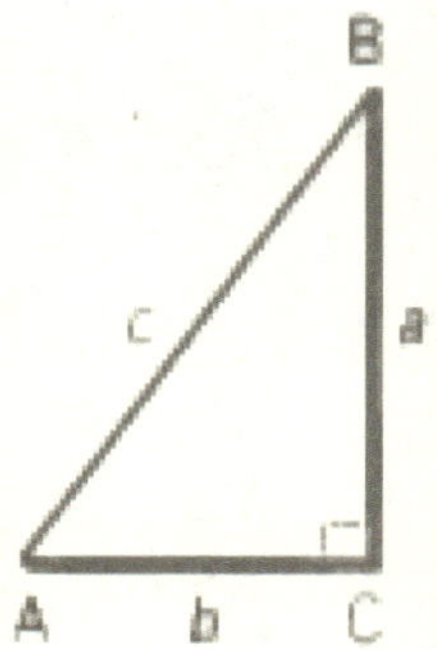

ഒരു വശം മട്ടകോണായിട്ടുള്ള ത്രികോണമാണല്ലോ മട്ടത്രികോണമായി അറിയപ്പെടുന്നത്. മട്ടത്രികോണത്തിൽ ഏറ്റവും വലിയ കോൺ മട്ടകോണായിരിക്കും. ഏറ്റവും വലിയ കോണിനെതിരെയുള്ളതായിരിക്കും ഏറ്റവും

വലിയ വശം. ഇത് കർണ്ണം എന്നറിയപ്പെടുന്നു. ചിത്രത്തിൽ ∠ C മട്ടകോണും AB കർണ്ണവുമാണ്. ∠ A യുടെ എതിർവശത്തുള്ള വശമാണ് BC. അതിനാൽ BC എന്നത് ∠ A യുടെ എതിർവശ മാണ്. AC എന്നത് ∠ A യുടെ സമീപവശം എന്നറിയപ്പെടുന്നു. ഒരു ത്രികോണത്തെ സംബന്ധിച്ചിടത്തോളം കർണ്ണം സ്ഥിരമാണെ ങ്കിലും സമീപവശം, എതിർവശം എന്നിവ സ്ഥിരമല്ല. ഏതെങ്കിലും ഒരു ന്യൂനകോണിനെ അടിസ്ഥാനമാക്കിയാണ് എതിർവശം, സമീപ വശം എന്നീ പേരുകൾ നൽകപ്പെടുന്നത്. സമീപവശം, എതിർവശം, കർണ്ണം എന്നീ മൂന്ന് വശങ്ങൾ തമ്മിൽ ആറ് അംശബന്ധങ്ങളു ണ്ടാകും. ഇവയാണ് ത്രികോണമിതി അംശബന്ധങ്ങൾ.

ഒരു ത്രികോണമിതി അംശബന്ധത്തിന് ആദ്യമായി പേർ നൽകിയത് ആര്യഭടനാണെന്ന് സൂചിപ്പിച്ചുവല്ലോ. എതിർവശവും കർണ്ണവും തമ്മിലുള്ള അംശബന്ധത്തെ ആര്യഭടൻ 'ജ്യാ' എന്ന പേർ നൽകി വിളിച്ചു.

വരാഹമിഹിരന്റെ *പഞ്ചസിദ്ധാന്തിക*യിലും ജ്യാ എന്നാണ് ഉപ യോഗിച്ചിരുന്നത്. ബ്രഹ്മഗുപ്തനും ഇതേ വാക്ക് ഉപയോഗിച്ചു. ആര്യഭടൻ നൽകിയ ജ്യാ എന്ന പദം അറബിയിലെത്തിയപ്പോൾ ജിബ എന്നായി മാറി. മാറിടം എന്നർത്ഥമുള്ള ജെയ്ബിൽനിന്നാണ് ജിബാ രൂപപ്പെട്ടത്. പന്ത്രണ്ടാം നൂറ്റാണ്ടിൽ ജീവിച്ചിരുന്ന ഘെരാർഡോ ക്രിമോണ (Gherardo Cremona) ജിബ എന്ന വാക്ക് അറബിയിൽനിന്ന് തർജ്ജമ ചെയ്തപ്പോൾ സൈനസ് (sinus) എന്ന വാക്കാണ് ഉപയോഗിച്ചത്. മാറിടം എന്ന അതേ അർത്ഥമാണ് സൈന സിനുമുള്ളത്. സൈനസ് പിന്നീട് സൈൻ (sine) ആയി ചുരുങ്ങി പ്രയോഗത്തിൽ അത് വീണ്ടും ചുരുങ്ങി Sin ആയി മാറി. സൈനസ് എന്ന വാക്കിനെ ചുരുക്കിയത് 1626 ൽ ഗിറാഡ് (Girad) ആണ്. എതിർവശവും കർണ്ണവും തമ്മിലുള്ള അംശബന്ധത്തെ റീറ്റിക്കസ് (Rhaeticus) പെർപെൻഡികുലം (perpendiculum) എന്ന വാക്കുകൊ ണ്ടാണ് സൂചിപ്പിച്ചത്.

സമീപവശവും കർണ്ണവും തമ്മിലുള്ള ബന്ധം ഇപ്പോൾ cos എന്നാണ് അറിയപ്പെടുന്നത്. ആര്യഭടൻ ഇതിനെ കോടിജ്യാ എന്ന് വിളിച്ചു. 1120 ൽ ടിവോളിയിലെ പ്ലേറ്റോ (Plato of Tivoli) ഇതിനെ കോഡ റസിഡ്യൂ (chorda residue) എന്ന് വിളിച്ചപ്പോൾ 1463 ൽ റിജിയോ മൊൺടാനസ് (Regiomontanus) സൈനസ് റെക്റ്റസ്

കോംപ്ലിമെന്റി (sinus rectus complimenti) എന്നാണ് പേർ നൽകിയത്. 1579-ൽ വീറ്റ ഇതിനെ സൈനസ് റസിഡ്യൂ (sinus residue) എന്നും 1609-ൽ മാഗിനി (Magini) സൈനസ് സെക്കന്റ്സ് (sinus secundus) എന്നും 1620- ൽ എഡ്മണ്ട് ഗണ്ടർ കോ.സൈനസ് (co.sinus) എന്നും വിളിക്കുകയുണ്ടായി. എഡ്മണ്ട് ഗണ്ടർ നൽകിയ കോസൈനസ് എന്ന വാക്ക് 1658-ൽ ജോൺ ന്യൂട്ടൺ കോസൈനസ് എന്ന ഒറ്റവാക്കായി മാറ്റി വിളിച്ചു. ഇത് പിന്നീട് കൊസൈൻ എന്ന് രൂപപ്പെട്ടു.

മട്ടത്രികോണത്തിന്റെ എതിർവശവും സമീപവശവും തമ്മിലുള്ള അംശബന്ധം ടാൻജന്റ് (tangent) എന്നാണ് അറിയപ്പെടുന്നത്. ഇത് ചുരുക്കി Tan എന്ന് മാത്രമെഴുതുന്നു. ഇത് സൈൻ, കൊസൈൻ എന്നീ അംശബന്ധങ്ങളുടെ അംശബന്ധം കൂടിയാണ്.

സ്പർശരേഖ (tangent) എന്ന വാക്കിൽനിന്ന് തന്നെയാണ് ത്രികോണമിതി അംശബന്ധമായ tangent ന് പേർ ലഭിച്ചത്. ചിത്രത്തിൽ A കേന്ദ്രമായ ഒരു വൃത്തത്തിലെ ഒരു ബിന്ദുവാണ് B ഈ ബിന്ദു ഉൾക്കൊള്ളുന്ന ഒരു സ്പർശരേഖ (tangent) ആണ് BC. ത്രികോണം ABC യിൽ ∠ A യുടെ എതിർവശമാണ്. വൃത്തത്തിന്റെ ആരം ഒരു യൂണിറ്റായി പരിഗണിക്കുക. അതായത് AB = 1

∠ A യുടെ എതിർവശമാണല്ലോ BC അപ്പോൾ എതിർവശവും സമീപവശവും തമ്മിലുള്ള അംശബന്ധം BC/AB എന്ന് ലഭിക്കുന്നു. AB=1 ആയതിനാൽ അംശബന്ധം BC ആയിരിക്കും. BC എന്നത് tangent (സ്പർശരേഖ) ആണ്. അപ്പോൾ ഈ അംശബന്ധത്തിന് നൽകിയ tangent എന്ന വാക്ക് വളരെ ഉചിതമാണെന്ന് പറയാം.

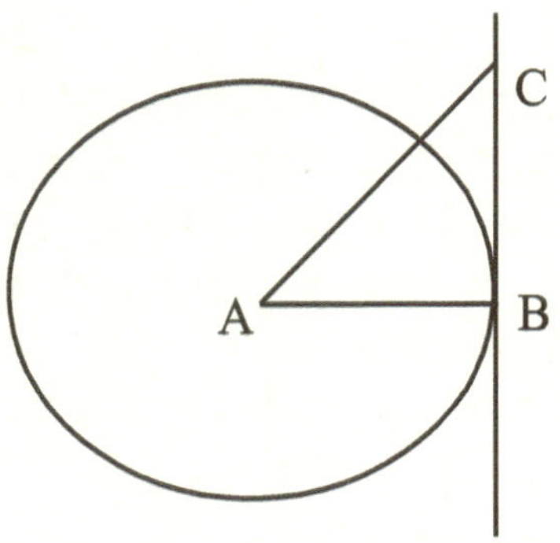

രണ്ടു കോണുകളുടെ തുക 90 ഡിഗ്രി ആയാൽ അവ പൂരക കോണുകൾ (complimentary angles) എന്നാണ് അറിയപ്പെടുന്നത്. ഒരു മട്ടത്രികോണത്തിൽ ഒരു ന്യൂനകോണിന്റെ അളവ് A ആയാൽ മറ്റേ ന്യൂനകോണിന്റെ അളവ് 90 minus A ആയിരിക്കും. ഈ രണ്ടു കോണുകളും complimentary angles ആയിരിക്കും. ഇതിലെ co. എന്ന വാക്ക് ശ്രദ്ധിക്കുക. ഒരു

കോണിന്റെ sin അതിന്റെ പൂരക കോണിന്റെ cosin ആണല്ലോ. ഇതേ ആശയമാണ് സമീപവശവും എതിർവശവും തമ്മിലുള്ള അംശബന്ധത്തിന് കോ-ടാൻജന്റ് എന്ന പേർ നേടിക്കൊടുത്തത്. 1620 ൽ എഡ്മണ്ട് ഗണ്ടറാണ് ഈ പേർ നൽകിയത്.

കർണ്ണവും എതിർവശവും തമ്മിലുള്ള അംശബന്ധമായ സീക്കന്റ് (secant) കർണ്ണവും സമീപവശവും തമ്മിലുള്ള അംശബന്ധമായ കോസീക്കന്റ് (cosecant) എന്നീ അംശബന്ധങ്ങൾ ആദ്യകാലത്ത് അത്ര ആവശ്യമുള്ളതായി വന്നില്ല. അതുകൊണ്ടുതന്നെ ഈ രണ്ട് അംശബന്ധങ്ങൾ പിൽക്കാലത്താണ് ശ്രദ്ധിക്കപ്പെട്ടത്. 9-ാം നൂറ്റാണ്ടിൽ ജീവിച്ചിരുന്ന ഹബാഷും (Habash) 10-ാം നൂറ്റാണ്ടിൽ ജീവിച്ചിരുന്ന അബ്ദുൾ വെഫയും (Abdul Wefa) ഈ രണ്ട് അംശബന്ധങ്ങൾ കൈകാര്യം ചെയ്തുവെങ്കിലും അവയ്ക്ക് പ്രത്യേക പേർ നൽകുകയുണ്ടായില്ല. 1583 ൽ ഫിൻകെ (Fincke) യാണ് ഛേദകം എന്നർത്ഥമുള്ള (secant) എന്ന പദം കർണ്ണവും എതിർവശവും തമ്മിലുള്ള അംശബന്ധത്തെ സൂചിപ്പിക്കാൻ ആദ്യമായി ഉപയോഗിച്ചത്. റീറ്റിക്കസ് ഈ പദം ആദ്യമായി അച്ചടിച്ച പുസ്തകങ്ങളിൽ ഉപയോഗിച്ചു. 1596-ൽ റീറ്റിക്കസ് തന്റെ *ഓപ്പസ് പലാറ്റിനം* (Opus palatinam) എന്ന ഗ്രന്ഥത്തിൽ ആദ്യമായി കൊസീക്കന്റ് എന്ന പദം ഉപയോഗിച്ചു.

ത്രികോണമിതി അംശബന്ധത്തെപ്പോലെ ത്രികോണമിതി പട്ടികകൾക്കും ഒരു നീണ്ട ചരിത്രം അവകാശപ്പെടാനുണ്ട്. ത്രികോണമിതിയുടെ പിതാവായി അറിയപ്പെടുന്ന ഹിപ്പാർക്കസാണ് ആദ്യമായി ത്രികോണമിതി പട്ടിക (trigonometric table) തയ്യാറാക്കിയത് എന്ന് വിശ്വസിക്കപ്പെടുന്നു. പക്ഷെ അന്നത്തെ പട്ടിക ഇന്നത്തേതുപോലെ കൃത്യമായിരുന്നില്ല. ക്രിസ്തുവർഷം 150-ൽ ടോളമി ഒരു ത്രികോണമിതിപട്ടിക തയ്യാറാക്കിയിരുന്നു. നാലാം ശതകത്തിൽ പ്രസിദ്ധീകരിച്ച *സൂര്യസിദ്ധാന്ത*ത്തിൽ ഒരുവിധം തൃപ്തികരമായ പട്ടിക കാണാം. 510-ൽ ആര്യഭടനും കുറെക്കൂടി സൂക്ഷ്മമായ പട്ടിക തയ്യാറാക്കി. ഭാസ്കരാചാര്യരുടെ *സിദ്ധാന്തശിരോമണി*യിലും വരാഹമിഹിരന്റെ *പഞ്ചസിദ്ധാന്തിക*യിലും ത്രികോണമിതി പട്ടികകൾ കാണാം. ആദ്യകാലത്ത് അറബികൾ ഇന്ത്യൻ പട്ടികകളാണ് ഉപയോഗിച്ചിരുന്നതെങ്കിലും പിന്നീട് അവർ സ്വതന്ത്രമായി സൂക്ഷ്മമായ പട്ടിക തയ്യാറാക്കി പ്രചരിപ്പിച്ചു. ഇങ്ങനെ ഓരോ തവണ പരിഷ്കരിക്കപ്പെടുമ്പോഴും കൂടുതൽ സൂക്ഷ്മത കൈവരി

ച്ചുകൊണ്ടിരുന്നു. ഇപ്പോൾ വളരെ സൂക്ഷ്മവും കൃത്യവുമായ പട്ടികകൾ ലഭ്യമാണ്. ഗ്രഹങ്ങളുടെ സ്ഥാനം നിർണ്ണയിക്കുക തുടങ്ങിയ പ്രായോഗിക ആവശ്യങ്ങൾ മുൻനിർത്തിയാണ് പ്രധാനമായും ത്രികോണമിതി വികസിച്ചുകൊണ്ടിരുന്നത്. ഭൂമി പരന്നതാണെന്ന വ്യത്യാസം പുരാതനകാലത്ത് പ്രബലമായിരുന്നെങ്കിലും പിന്നീട് ഭൂമിക്ക് ഗോളാകൃതിയാണെന്നുള്ള വസ്തുത ഗണിത ശാസ്ത്രജ്ഞന്മാരുടെ ശ്രദ്ധയിൽപ്പെട്ടു. സാധാരണ ത്രികോണമിതിയിൽ കൈകാര്യം ചെയ്യപ്പെടുന്നത് നിരപ്പായ പ്രതലത്തിലെ ത്രികോണങ്ങളാണ്. പ്രായോഗികാവശ്യത്തിന് ഇത് പര്യാപ്തമല്ല എന്ന് ബോധ്യപ്പെട്ടതോടെ ഗോളീയ ത്രികോണമിതി (spherical trigonometry) എന്ന ഒരു ശാഖ പിന്നീട് രൂപപ്പെട്ടു. അതോടെ കൂടുതൽ സൂക്ഷ്മവും കൃത്യവും ആയ കണക്കുകൂട്ടലുകൾ സാധ്യമായി തീർന്നു.

13

നിർദ്ദേശാങ്ക ജ്യാമിതി

ആധുനിക ഗണിതശാസ്ത്രത്തിന്റെ പിതാവായി അറിയപ്പെടുന്ന റെനെ ദക്കാർത്തെ (Rene Descrtes) ആണ് നിർദ്ദേശാങ്കജ്യാമിതി (co.ordinate geometry) ആവിഷ്കരിച്ചത്. 1596 മാർച്ച് 31ന് ഫ്രാൻസിൽ ജനിച്ച ദക്കാർത്തെ ഒരു ബിന്ദുവിന്റെ സ്ഥാനം x,y എന്നീ അക്ഷങ്ങളിലേക്കുള്ള ദൂരത്തിന്റെ അടിസ്ഥാനത്തിൽ രേഖപ്പെടുത്താമെന്ന് കണ്ടുപിടിച്ചു. xലേക്കും yലേക്കുമുള്ള ദൂരത്തെ അദ്ദേഹം നിർദ്ദേശാങ്കങ്ങൾ എന്നാണ് വിളിച്ചത്. അദ്ദേഹത്തിന്റെ സ്മരണ മുൻനിർത്തി നിർദ്ദേശാങ്കങ്ങൾ കാർട്ടീഷ്യൻ നിർദ്ദേശാങ്കങ്ങൾ എന്നാണ് അറിയപ്പെടുന്നത്.

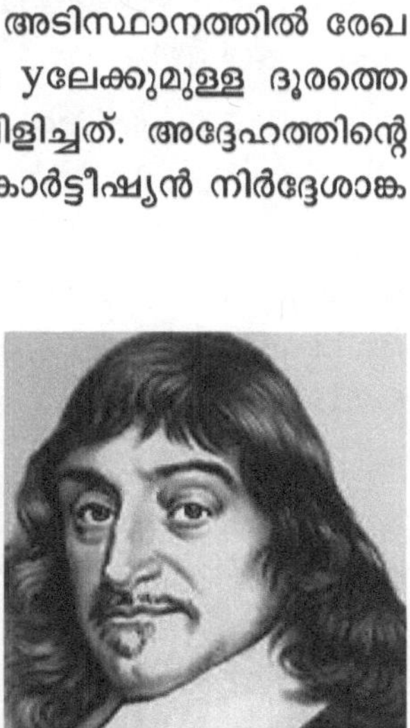

റെനെ ദക്കാർത്തെ

ഒരു ബിന്ദുവിന്റെ സ്ഥാനം നിർണ്ണയിക്കാൻ ഇത്തരത്തിലുള്ള രണ്ട് ദൂരങ്ങൾ വഴി സാധിക്കാമെന്ന കാര്യം, പക്ഷെ, ദക്കാർത്തെയുടെ കണ്ടുപിടുത്തമായിരുന്നില്ല. ക്രിസ്തുവിന് മുമ്പ് രണ്ടാം നൂറ്റാണ്ടിൽ ഗ്രീസിൽ ജീവിച്ചിരുന്ന ഹിപ്പാർക്കസ് (Hipparchus) അക്ഷാംശം, രേഖാംശം എന്നീ ആശയങ്ങളുപയോഗിച്ച് ഒരു സ്ഥലത്തിന്റെ സ്ഥാനം നിർണ്ണയിച്ചിരുന്നു. ഭൂമിയിലെ ഒരു സ്ഥലത്തിന്റെ സ്ഥാനം മാത്രമല്ല നക്ഷത്രങ്ങ

ളുടെ സ്ഥാനവും അദ്ദേഹം ഈ ആശയമുപയോഗിച്ച് നിർണ്ണയിച്ചിരുന്നു.

പുരാതന ഈജിപ്തിലെ സർവെയർമാർ നഗരങ്ങളുടെ അളവുകൾ കണ്ടുപിടിക്കാൻ നിർദ്ദേശാങ്കങ്ങളുടെ ആശയം ഉപയോഗിച്ചിരുന്നതായി ചരിത്രകാരന്മാർ പ്രസ്താവിച്ചിട്ടുണ്ട്. ക്രിസ്തുവർഷം ഒന്നാം നൂറ്റാണ്ടിൽ ജീവിച്ചിരുന്ന ഹെറോൺ അക്ഷങ്ങൾ എന്ന ആശയം അവതരിപ്പിച്ചിരുന്നു. ഇന്നത്തെപ്പോലെയുള്ള രണ്ട് അക്ഷങ്ങൾ എന്ന ആശയം തന്നെയാണ് ഹെറോൺ അക്കാലത്ത് ഉപയോഗിച്ചിരുന്നത്.

ഒരു ബിന്ദുവിനെ സൂചിപ്പിക്കാൻ രണ്ട് നിർദ്ദേശാങ്കങ്ങൾ എന്ന ആശയം ഭൂമിയുടെ അളവുകളെ സംബന്ധിച്ചിടത്തോളം അക്ഷാംശവും രേഖാംശവുമായി ബന്ധപ്പെട്ടിരിക്കുന്നു. നിർദ്ദേശാങ്കജ്യാമിതിക്ക് നിർദ്ദേശാങ്കങ്ങൾ മാത്രമല്ല ജ്യാമിതിയും ബീജഗണിതവും തമ്മിലുള്ള ഒരു ബന്ധം കൂടി ആവശ്യമായിരുന്നു. ക്രിസ്തുവിന് മുമ്പുതന്നെ അക്ഷരങ്ങൾ എന്ന ആശയം രൂപപ്പെട്ടു എങ്കിലും ജ്യാമിതിയും ബീജഗണിതവും തമ്മിലുള്ള ബന്ധം ആവിഷ്കരിക്കപ്പെട്ടത് മദ്ധ്യകാലത്ത് മാത്രമാണ്. അതുകൊണ്ട് തന്നെ ഗണിതശാസ്ത്രത്തിലെ ഒരു ശാഖയായി നിർദ്ദേശാങ്ക ജ്യാമിതി ആദ്യകാലത്ത് രൂപപ്പെട്ടിരുന്നില്ല.

ക്രിസ്തുവിന് 300 വർഷങ്ങൾക്ക് മുമ്പ് ജീവിച്ചിരുന്ന യൂക്ലിഡും, ആർക്കിമിഡീസ്, ഹെറോൺ, തിയോൺ ഓഫ് അലക്സാണ്ട്രിയ തുടങ്ങിയ പുരാതനഗണിതശാസ്ത്രജ്ഞൻമാരും ജ്യാമിതിയേയും ബീജഗണിതത്തേയും ഇന്നത്തെ രീതിയിൽ ബന്ധപ്പെടുത്തിയിരുന്നില്ല. ഇവ ചേർന്നുള്ള ഗണിതശാസ്ത്രശാഖ രൂപം കൊണ്ടിരുന്നതുമില്ല.

അറബി-പേർഷ്യൻ ഗണിതശാസ്ത്രജ്ഞൻമാരാണ് ജ്യാമിതിയേയും ബീജഗണിതത്തേയും യോജിപ്പിച്ചുകൊണ്ടുള്ള ഒരു പഠനത്തിന് തുടക്കം കുറിച്ചത്. 9-ാം നൂറ്റാണ്ടിൽ ജീവിച്ചിരുന്ന അൽ-ഖൊറിസ്മി (Al-Khowrizmy) $x^2 + 10 n = 3 q$ എന്ന രീതിയിലുള്ള (ബീജഗണിത) സർവ്വസമവാക്യത്തിൽ x^2 നെ ഒരു സമചതുരവുമായി ബന്ധപ്പെടുത്തുകയുണ്ടായി. 12-ാം നൂറ്റാണ്ടിൽ ജീവിച്ചിരുന്ന പ്രശസ്തകവി ഒമർഖയ്യാം തന്റെ ബീജഗണിതപുസ്തകത്തിൽ ജ്യാമിതീയ ചിത്രങ്ങൾ വരച്ച് ബീജഗണിത ജ്യാമിതിയുമായുള്ള

പരസ്പരബന്ധം സമർത്ഥിച്ചുകൊണ്ടിരുന്നു. ഇക്കാര്യത്തിൽ തന്റെ മുൻഗാമിയായിരുന്ന അൽ-ഖൊറിസ്മിയേക്കാളും അദ്ദേഹം കൂടുതൽ മുന്നോട്ടു പോയെന്ന് പറയാം.

പന്ത്രണ്ടാം നൂറ്റാണ്ടിൽ ഭാരതത്തിൽ ജീവിച്ചിരുന്ന ഭാസ്കരാചാര്യരും ബീജഗണിതത്തെയും ജ്യാമിതിയേയും തമ്മിൽ ബന്ധപ്പെടുത്താൻ ശ്രമിച്ചിരുന്നു. അദ്ദേഹം ചില ഗണിതപ്രശ്നങ്ങൾക്ക് ബീജഗണിതരീതിയിലും ജ്യാമിതീയരീതിയിലും ഉത്തരങ്ങൾ കണ്ടെത്തിയിരുന്നു.

യൂറോപ്യൻമാരുടെ കൂട്ടത്തിൽ പതിമൂന്നാം നൂറ്റാണ്ടിൽ ജീവിച്ചിരുന്ന ഫിബൊനാച്ചി (Fibonacci) യാണ് ആദ്യമായി ജ്യാമിതിയേയും ബീജഗണിതത്തേയും ബന്ധപ്പെടുത്തിയത്. അദ്ദേഹത്തിന്റെ *പ്രാക്ടിക്ക ജ്യോമിട്രിയെ (Practica geometriae)* എന്ന ഗ്രന്ഥത്തിൽ ത്രികോണത്തിന്റെ വിസ്തീർണ്ണം കാണുന്ന തരത്തിലുള്ള ജ്യാമിതീയ പ്രശ്നങ്ങൾ നിർദ്ധാരണം ചെയ്യുന്നതിന് ബീജഗണിതം ഉപയോഗിച്ചിരുന്നു. ആദ്യകാലത്ത് അച്ചടിക്കപ്പെട്ടിരുന്ന ഗണിതഗ്രന്ഥങ്ങളിൽ പലതിലും ബീജഗണിതപ്രശ്നങ്ങൾ നിർദ്ധാരണം ചെയ്യുന്നതിന് ജ്യാമിതീയചിത്രങ്ങൾ ഉപയോഗിച്ചതായി കാണാൻ കഴിയും. 15-ാം നൂറ്റാണ്ടിൽ ജീവിച്ചിരുന്ന പസിയോലി (Pacioli) യും പതിനാറാം നൂറ്റാണ്ടിൽ ജീവിച്ചിരുന്ന കാർഡനും (Cardan) ജ്യാമിതിയും ബീജഗണിതവും സമന്വയിപ്പിച്ചവരിൽ പ്രമുഖരാണ്.

ബീജഗണിത ജ്യാമിതിയിലെ ആദ്യത്തെ പാഠപുസ്തകം രചിച്ചത് 1630 ൽ മറിനോ ഗെറ്റാൽഡി (Marino Ghetaldi) യാണ്. ബീജഗണിതത്തിന് നിസ്തുലമായ സംഭാവന നൽകിയ വീറ്റയാണ് ഈ രചനയ്ക്ക് പ്രേരകമായത്. വിശ്ലേഷകജ്യാമിതി (analytic geometry) എന്ന ഒരു ശാഖയുടെ തുടക്കം കുറിച്ചത് ദക്കാർത്തെയാണെന്ന് പറയാം. 1637-ൽ പ്രസിദ്ധീകരിച്ച അദ്ദേഹത്തിന്റെ *ലാ ജ്യാമിട്രി (La Geometry)* എന്ന പുസ്തകമാണ് ഈ വിഷയത്തിലെ ആദ്യ ഗ്രന്ഥമായി കണക്കാക്കുന്നത്. പക്ഷെ, ദക്കാർത്തെ കണ്ടുപിടിച്ച അതേ സമയത്തുതന്നെ ഫെർമയും വിശ്ലേഷ ജ്യാമിതി അവതരിപ്പിച്ചിരുന്നു.

നിർദ്ദേശാങ്കങ്ങൾ (co-ordinates) അവതരിപ്പിച്ചത് ദക്കാർത്തെയാണെങ്കിലും അദ്ദേഹം co-ordinates എന്ന വാക്ക് ഉപയോഗിച്ചിരുന്നില്ല. ലിബിനിസ് ആണ് co-ordinate എന്ന വാക്ക് ആദ്യമായി

ഉപയോഗിച്ചത്. ന്യൂട്ടൺ, യൂളർ, ക്രാമർ തുടങ്ങിയ ധാരാളം ഗണിതശാസ്ത്രജ്ഞന്മാർ 'applicate' എന്ന വാക്കാണ് 'ordinate' നെ സൂചിപ്പിക്കാൻ ഉപയോഗിച്ചിരുന്നത്.

സാധാരണയായി x,y എന്നീ അക്ഷങ്ങൾ നിർണ്ണയിക്കുന്ന കോൺ മട്ടകോൺ ആയിരിക്കും. മട്ടകോണിൽ അല്ലാത്ത അക്ഷങ്ങളെപ്പറ്റിയും ദക്കാർത്തെയ്ക്ക് അറിയാമായിരുന്നു. പക്ഷെ, മട്ടകോണിലുള്ള അക്ഷങ്ങൾ മാത്രമേ തൻെറ പഠനത്തിൽ അദ്ദേഹം ഉൾപ്പെടുത്തിയിരുന്നുള്ളൂ.

ഒരു ബിന്ദുവിന്റെ സ്ഥാനം നിർണ്ണയിക്കാൻ രണ്ടു ദൂരങ്ങൾക്കു പകരം ഒരു ദൂരവും ഒരു കോണും മതിയെന്ന് ഇറ്റാലിയൻ ഗണിതശാസ്ത്രജ്ഞനായിരുന്ന ഗ്രിഗേറിയോ ഫൊൺടാന (Gregorio Fontana) കണ്ടുപിടിച്ചു. ഇത് പോളാർ കോ-ഓർഡിനേറ്റ്സ് (polar co-ordinates) എന്നറിയപ്പെടുന്നു.

ഖരവിശ്ലേഷക ജ്യാമിതി (solid analytic geometry) യെപ്പറ്റി ദക്കാർത്തെയ്ക്ക് അറിയാമായിരുന്നുവെങ്കിലും വിശദമായ ഒരു പഠനത്തിന് അദ്ദേഹം തയ്യാറായില്ല. 1657-ൽ ഫ്രാൻസ് വാൻ സ്കൂട്ടൺ (Frans Van Schooten, the younger) മൂന്ന് മാനത്തിലുള്ള സമഷ്ടി three dimensional space) യെപ്പറ്റി പഠനം നടത്തുകയുണ്ടായി. 1698-ൽ ജീൻ ബർണോലി (Jean Bernoulli) യുടെ മനസ്സിൽ ശ്രദ്ധേയമായ ചില ആശയങ്ങൾ രൂപപ്പെട്ടുവെങ്കിലും അദ്ദേഹം അവയൊന്നും പ്രസിദ്ധീകരിക്കുകയുണ്ടായില്ല. ഖരവിശ്ലേഷക ജ്യാമിതിയെപ്പറ്റിയുള്ള ആദ്യത്തെ രചന നിർവ്വഹിച്ചത് അന്റോയിൻ പാരന്റ് (Antoine Parent) ആണ്. 1700-ൽ അദ്ദേഹം ഇത് ഫ്രഞ്ച് അക്കാഡമിക്ക് സമർപ്പിച്ചു. യൂളറും ഈ ശാഖയ്ക്ക് നിസ്തുലമായ സംഭാവനകൾ നൽകുകയുണ്ടായി. പ്രസിദ്ധമായ മോബിയസ് നാടകൾ (Moebius strips) അവതരിപ്പിച്ച മോബിയസും ഈ ശാഖയെ പരിപോഷിപ്പിച്ചവരിൽ പ്രധാനിയാണ്. പത്തൊമ്പതാം നൂറ്റാണ്ടിൽ ജീവിച്ചിരുന്ന പ്ലക്കറു (Placker) ടെ സേവനവും വളരെ മികച്ചതാണ്.

14

ആധുനിക ജ്യാമിതി

ആധുനിക ജ്യാമിതി (modern geometry) എന്ന് പറയുമ്പോൾ പ്രാചീനജ്യാമിതി (ancient geometry) എന്ന ജ്യാമിതി ഉണ്ടോയെന്ന് സ്വാഭാവികമായും സംശയം വരാം. ഇതുവരെയുള്ള ജ്യാമിതിയുടെ വികാസത്തെ ഗണിതശാസ്ത്ര ചരിത്രകാരന്മാർ നാലു കാലഘട്ടങ്ങളിലെ ജ്യാമിതികളായിട്ടാണ് തരം തിരിച്ചിരിക്കുന്നത്. തീർച്ചയായും, ഇതൊരു നിശ്ചിത കാലപരിധിയെ അടിസ്ഥാനമാക്കിയല്ല, സുമാറുള്ള ഒരു കാലഗണന മാത്രമാണ് അടിസ്ഥാനമാക്കിയത്. അതുകൊണ്ടുതന്നെ കാലമല്ല, മറിച്ച് വികാസത്തിന്റെ ഘട്ടമാണ് ഇത്തരം ഒരു തരംതിരിവിന് അടിസ്ഥാനം.

വിശ്ലേഷക ജ്യാമിതി ആവിഷ്കരിക്കുന്നതിന് തൊട്ടുമുമ്പുള്ള കാലഘട്ടത്തിലെ ജ്യാമിതിയാണ് ഇതിൽ ആദ്യത്തെ ഭാഗത്തുള്ളത്. തീർച്ചയായും, യൂക്ലിഡിന്റെ ജ്യാമിതിക്കാണ് കൂടുതൽ പ്രാധാന്യം. പക്ഷെ അപ്പൊളോണിയസ് തുടങ്ങിയവരുടെ ജ്യാമിതി ഒഴിവാക്കപ്പെടുന്നില്ല. വിശ്ലേഷക ജ്യാമിതി മുതലുള്ള രണ്ടാംഘട്ടത്തിലെ ജ്യാമിതിയിൽ ദക്കാർത്തെ, കെപ്ലർ, ഫെർമ തുടങ്ങിയവരുടെ കണ്ടുപിടുത്തങ്ങൾ ഉൾപ്പെടുന്നു. 1650 മുതൽ 1800 വരെയുള്ള ജ്യാമിതിയാണ് 3-ാം ഭാഗത്തിൽ ഉൾപ്പെടുന്നത്. ജ്യാമിതിയിൽ കാൽക്കുലസിന്റെ പ്രയോഗമാണ് ഇതിൽ പ്രധാനം. കവലേറി, ന്യൂട്ടൺ, ലിബിനിസ്, ബെർണോലിമാർ, യൂളർ, ലെഗ്രാൻഷെ, ദാലംബേർ തുടങ്ങിയവരുടെ ജ്യാമിതീയ കണ്ടുപിടുത്തങ്ങൾ ഈ വിഭാഗത്തിൽപ്പെടുന്നു.

19-ാം നൂറ്റാണ്ടിന്റെ ആരംഭത്തോടെയാണ് ജ്യാമിതിയുടെ നാലാം ഭാഗമായ ആധുനിക ജ്യാമിതി രൂപം കൊള്ളുന്നത്. ഡിസ്ക്രിപ്റ്റീവ് ജ്യാമിതി (descriptive geometry), പ്രക്ഷേപ ജ്യാമിതി (projective geometry), സിന്തറ്റിക് ജ്യാമിതി (synthetic geometry), ആധുനിക വിശ്ലേഷക ജ്യാമിതി (modern analytic geometry), യൂക്ലിഡേതര ജ്യാമിതി (non euclidian geometry) തുടങ്ങിയവ ആധുനിക ജ്യാമിതിയിൽ ഉൾപ്പെടുന്നു.

ഒരു പ്രത്യേക ഗണിതശാസ്ത്രശാഖയായി ഡിസ്ക്രിപ്റ്റീവ് ജ്യാമിതി (descriptive geometry) അവതരിപ്പിച്ചത് മോംഗ് ആണ്. മുപ്പത് വർഷത്തോളം സ്വന്തം കണ്ടുപിടുത്തം അദ്ദേഹത്തിന് പ്രസിദ്ധീകരിക്കാനാകാതെ സ്വകാര്യമായി വെക്കേണ്ടിവന്നിരുന്നു. അസൂയാലുക്കളായ പട്ടാളഅധികാരികളുടെ നിർബന്ധമായിരുന്നു ഇതിന് കാരണം. ഡിസ്ക്രിപ്റ്റീവ് ജ്യാമിതിയിലെ ആശയങ്ങൾ അദ്ദേഹത്തിന്റെ മുൻഗാമികളായിരുന്ന ഫ്രെസീർ (Frezier) ഡെസാർഗസ് (Desargues), ലാംബർട്ട് (Lambert) എന്നിവർക്കൊക്കെ അറിയാമായിരുന്നെങ്കിലും ഒരു ശാസ്ത്രശാഖയായി ആവിഷ്കരിച്ചത് മോംഗ് ആണ്. മോംഗിന്റെ ഇക്കോൾ പോളിടെക്നിക്കിലെ (Ecole Polytechnique) പ്രഭാഷണങ്ങളെ ആസ്പദമാക്കി 1795-ൽ ലാക്രോയിക്സ് (La Croix) ഈ വിഷയത്തിലെ ആദ്യത്തെ പുസ്തകം പ്രസിദ്ധീകരിച്ചു.

ഡിസ്ക്രിപ്റ്റീവ് ജ്യാമിതി രൂപം കൊണ്ട അതേ കാലഘട്ടത്തിൽ തന്നെ പ്രക്ഷേപജ്യാമിതി ഒരു ഗണിതശാഖയായി രൂപം കൊണ്ടു. ക്രിസ്തുവിന് 400 വർഷം മുമ്പ് ജീവിച്ചിരുന്ന ആർക്കൈറ്റാസി (Archytas) ന് പ്രക്ഷേപത്തെപ്പറ്റി വ്യക്തമായ ആശയമുണ്ടായിരുന്നു. മെനലാസ് (Menelaus), പാപ്പസ് (Pappus), തുടങ്ങിയ പിൻഗാമികളും ഈ വിഷയം കൈകാര്യം ചെയ്തിരുന്നു. ഡെസാർഗസ്, പാസ്കൽ, ന്യൂട്ടൺ, കാർണോ തുടങ്ങിയവരെല്ലാം ഈ ആശയത്തെപ്പറ്റി കൂടുതൽ പഠനം നടത്തിയിരുന്നു. പക്ഷെ ഇതിനെ ഒരു ശാസ്ത്രശാഖയായി ആവിഷ്കരിച്ചത് 1788-ൽ ഫ്രാൻസിൽ ജനിച്ച ജീൻ വിക്റ്റർ പോൺസ്‌ലെ (Jean Victor Poncelet) ആണ്. റഷ്യൻ തടവറയിൽ കഴിഞ്ഞിരുന്ന ഒരു തടവുപുള്ളി തടവറയിൽ വെച്ച് കണ്ടുപിടിച്ച് 1822-ൽ പ്രസിദ്ധീകരിച്ച ആശയത്തെ അടിസ്ഥാനമാക്കി കൂടുതൽ ഗവേഷണം നടത്തിയാണ് പോൺസ്‌ലെ ഈ ശാസ്ത്രശാഖ ആരംഭിച്ചത്.

പത്തൊമ്പതാം നൂറ്റാണ്ടിലെ ഏറ്റവും മികച്ച സ്വിസ് ഗണിതശാസ്ത്രജ്ഞൻ ജേക്കബ് സ്റ്റീനർ (Jacob Steiner) അപ്പൊളോണിയസിന് ശേഷമുണ്ടായിട്ടുള്ള ഏറ്റവും മികച്ച ജ്യാമിതീയ പ്രതിഭയായിട്ടാണ് അറിയപ്പെടുന്നത്. പ്രൊജക്ടീവ് ജ്യാമിതിക്കും, സിന്തറ്റിക് ജ്യാമിതിക്കും അദ്ദേഹം നൽകിയ സംഭാവനകൾ എക്കാലവും ഓർമ്മിക്കപ്പെടും.

15

ടോപോളജി

ജ്യാമിതിയുടെ ഒരു വിഭാഗമായ ടോപോളജി (topology) സ്ഥാനം എന്ന അർത്ഥമുള്ള topos, പഠനം എന്നർത്ഥമുള്ള logos എന്നീ ഗ്രീക്ക് വാക്കുകൾ ചേർന്നാണ് രൂപം കൊണ്ടത്. ഇത് ലാറ്റിനിൽ geometria situs എന്നറിയപ്പെട്ടിരുന്നു. Situs എന്ന ലാറ്റിൻ വാക്കിന്റെ അർത്ഥം സ്ഥാനം എന്നാണ്. അതിനാൽ ഈ ശാഖയെ സ്ഥാനങ്ങളുടെ ജ്യാമിതി എന്നു വിളിക്കാം.

1736-ൽ ഓയ്‌ലർ അവതരിപ്പിച്ച കോണിഗ്സ്ബർഗ്ഗ് പ്രശ്നം ഈ വിഭാഗത്തിൽ പെടുന്ന ഒരു പ്രശ്നമായി കണക്കാക്കുന്നു. കോണിഗ്സ്ബർഗ്ഗിലെ ഒന്നായി ഒഴുകിയിരുന്ന ഒരു നദി രണ്ടായി ഒഴുകി വീണ്ടും ഒന്നായി ചേരുന്നു. ഈ നദിയിൽ ഏഴ് പാലങ്ങളുണ്ട്. എല്ലാ പാലങ്ങളിലൂടെയും ഒരു പ്രാവശ്യം മാത്രം കടന്ന് പുറപ്പെട്ട സ്ഥലത്ത് തിരിച്ചെത്താൻ സാധിക്കുമോ എന്നതാണ് ഈ പ്രശ്നം. സാധ്യമല്ല എന്ന് യൂളർ തെളിയിക്കുകയുണ്ടായി.

കോണിഗ്സ്ബർഗ് പ്രശ്നം

ഊർജ്ജതന്ത്രം, ഗണസിദ്ധാന്തം, പ്രൊജക്ടീവ് ജ്യാമിതി എന്നീ ശാസ്ത്രശാഖകൾ ടോപോളജിയുടെ വളർച്ചയ്ക്ക് സഹായിച്ചിട്ടുണ്ട്. ഗണസിദ്ധാന്തവുമായി ഈ ശാഖയ്ക്ക് വളരെ ബന്ധമുള്ളതിനാൽ ഗണസിദ്ധാന്തം ആവിഷ്കരിച്ച ജോർജ്ജ് കാന്ററിനോട് (Georg Cantor) ഈ ശാഖയുടെ വളർച്ചയ്ക്ക് നാം വളരെയേറെ കടപ്പെട്ടിരിക്കുന്നു. ഫ്രഞ്ച് ഗണിതശാസ്ത്രജ്ഞൻ പോയിൻകരെയും ഇതിന് ഗണ്യമായ സംഭാവന നൽകിയിരുന്നു.

ഒരു റബ്ബർ ഷീറ്റ് പല ഭാഗങ്ങളിൽനിന്ന് വലിക്കുമ്പോൾ പല ആകൃതി ഉണ്ടാക്കുന്നു. ആകൃതി മാറുന്നുവെങ്കിലും ഒരു ബിന്ദു പോലും നഷ്ടപ്പെടുന്നില്ല. പിടി വിടുമ്പോൾ പൂർവസ്ഥിതി പ്രാപിക്കുന്നു. ഈ പ്രതിഭാസത്തിന് ടോപോളജിയുമായി ബന്ധമുണ്ട്. അതിനാൽ ടോപോളജി റബ്ബർഷീറ്റ് ജ്യാമിതി എന്നും അറിയപ്പെടുന്നു. പ്രസിദ്ധമായ മോബിയസ് നാടകൾ (Moebius strips) ടോപോളജിയുമായി ബന്ധപ്പെട്ടിരുന്നു.

ആധുനികഭാരതത്തിലെ ഏറ്റവും പ്രശസ്തനായ ഗണിത ശാസ്ത്രജ്ഞൻ ശ്രീനിവാസരാമാനുജൻ മൂവായിരത്തിലേറെ ഗണിതസിദ്ധാന്തങ്ങൾ ആവിഷ്കരിച്ചിരുന്നു. സംഖ്യാശാസ്ത്രം, പാർട്ടീഷ്യൻസ്, മോക്ക് തീറ്റ ഫങ്ഷൻ തുടങ്ങിയ മേഖലകളിലായിരുന്നു അദ്ദേഹത്തിന്റെ സംഭാവനകൾ. കേവലം 33 വയസ്സിനുള്ളിലാണ് അക്കാലത്ത് ലോകത്ത് ജീവിച്ചിരുന്ന ഏറ്റവും മികച്ച ഗണിതശാസ്ത്രപണ്ഡിതന്മാരിൽ ഒരാളായി ഉയരാൻ ശ്രീനിവാസ രാമാനുജന് സാധിച്ചത്.

ശ്രീനിവാസ രാമാനുജൻ

ഇംഗ്ളണ്ടിൽ ജി എച്ച് ഹാർഡി, ലിററിൽവുഡ് എന്നിങ്ങനെയുള്ള പ്രശസ്തഗണിതപണ്ഡിതന്മാരോടൊപ്പം ഗവേഷണം നടത്തിയിരുന്ന രാമാനുജന് ഒരു നൂററാണ്ടിൻെറ മൂന്നിലൊന്ന് കാലം മാത്രമേ ജീവിക്കാൻ സാധിച്ചുള്ളു.

ഒരു മാപ്പിലെ വ്യത്യസ്ത പ്രദേശങ്ങൾ തിരിച്ചറിയത്തക്കവിധം വ്യത്യസ്ത നിറങ്ങൾ നൽകാൻ ഏറ്റവും കുറഞ്ഞത് എത്ര നിറ

ങ്ങൾ വേണം എന്നത് നൂറ്റാണ്ടുകളോളം ഗണിതശാസ്ത്രജ്ഞന്മാരെ കുഴക്കിയ ഒരു പ്രശ്നമായിരുന്നു. നാലു നിറങ്ങൾ മതിയെന്ന് പ്രായോഗികമായി കണ്ടെത്തിയെങ്കിലും ഇത് തെളിയിക്കപ്പെട്ടിരുന്നില്ല. 1976-ൽ വോൾഫ്ഗാംഗ് ഹാക്കനും (Wolfgang Hakan) കെന്നത്ത് അപ്പലും (Kennath Appel) ചേർന്ന് കമ്പ്യൂട്ടറിന്റെ സഹായത്താൽ നാലുനിറപ്രശ്നം പരിഹരിച്ചതാണ് ഇരുപതാം നൂറ്റാണ്ടിലെ ഗണിതശാസ്ത്രത്തിലെ ഏറ്റവും മികച്ച കണ്ടുപിടുത്തം. ഫെർമയുടെ അവസാന സിദ്ധാന്ത (Fermat's last theorem) ത്തിന് ഒരു തെളിവ് കണ്ടെത്തിയതും ഇരുപതാം നൂറ്റാണ്ടിലെ ഏറ്റവും മികച്ച കണ്ടുപിടുത്തങ്ങളിലൊന്നായി കണക്കാക്കാം. പതിനേഴാം നൂറ്റാണ്ടിൽ ജീവിച്ചിരുന്ന ഫ്രഞ്ച് ഗണിതശാസ്ത്രജ്ഞൻ പിയറെ ദെ ഫെർമ (Pirre de Fermat) $x^n + y^n = z^n$ എന്ന സമവാക്യത്തിൽ x, y, z എന്നിവക്ക് പൂർണ്ണ സംഖ്യകളാവത്തക്കവിധം $n = 2$ എന്നതിൽ കൂടുതൽ വില കണ്ടുപിടിക്കാൻ സാധ്യമല്ല എന്നും അതിന്റെ തെളിവ് എഴുതാൻ മാർജിനിൽ സ്ഥലമില്ലാത്തതു കാരണം എഴുതുന്നില്ല എന്നും ഈ സിദ്ധാന്തം എഴുതിയ പുസ്തകത്തിൽ സൂചിപ്പിച്ചിരുന്നുവത്രേ. നൂറ്റാണ്ടുകളോളം ഈ സിദ്ധാന്തത്തിന് തെളിവ് നൽകാൻ ഗണിതശാസ്ത്രപണ്ഡിതന്മാർ അദ്ധ്വാനിച്ചിരുന്നു. ഇതിന് തെളിവ് കണ്ടുപിടിക്കുന്നവർക്ക് തന്റെ സ്വത്ത് മുഴുവൻ നൽകാമെന്ന് ഒരു കോടീശ്വരൻ പ്രഖ്യാപിക്കുകയുണ്ടായി. 1995-ൽ ആൻഡ്രൂ വൈൽസ് (Andrew Wiles) തന്റെ ഓഫീസിൽ ഒറ്റയ്ക്കിരുന്ന് ഇതിന് തെളിവ് കണ്ടെത്തുകയുണ്ടായി. 1998-ൽ നാൽപ്പതുവയസ് കഴിഞ്ഞ വൈലിന് ഫീൽഡ് മെഡൽ കമ്മിറ്റി ഒരു പ്രത്യേക പുരസ്കാരം നൽകി അദ്ദേഹത്തെ ആദരിക്കുകയുണ്ടായി.

16

ഫീൽഡ്സ് മെഡൽ

വിവിധ മേഖലകളിൽ മികച്ച സേവനം നൽകുന്നവർക്ക് ലഭിക്കുന്ന ഏറ്റവും വലിയ സമ്മാനമാണല്ലോ നോബൽ സമ്മാനം. ഊർജ്ജതന്ത്രം, രസതന്ത്രം, വൈദ്യശാസ്ത്രം എന്നീ ശാസ്ത്രവിഷയങ്ങൾക്ക് നോബൽ സമ്മാനം നൽകുന്നുവെങ്കിലും ശാസ്ത്രങ്ങളുടെ ശാസ്ത്രമായ ഗണിതശാസ്ത്രത്തിന് ഈ സമ്മാനം നൽകപ്പെടുന്നില്ല. തന്റെ ഒരു ബദ്ധശത്രുവായ ഗണിതശാസ്ത്രജ്ഞൻ മിട്ടാഗ്ലഫ്ളറിന് തന്റെ പേരിലുള്ള സമ്മാനം ഒരിക്കലും ലഭിക്കരുത് എന്ന ചിന്ത നോബലിന് ഉണ്ടായിരുന്നതുകൊണ്ടാണത്രെ നോബൽ സമ്മാനപ്പട്ടികയിൽനിന്നും ഗണിതശാസ്ത്രജ്ഞരെ ഒഴിവാക്കിയത്. ഗണിതശാസ്ത്രത്തിലെ നോബൽ സമ്മാനം എന്നറിയപ്പെടുന്നത് ഫീൽഡ്സ് മെഡലുകളാണ്.

ഗണിതപ്രതിഭ തെളിയിക്കുന്ന യുവഗണിതശാസ്ത്രജ്ഞൻമാർക്ക് ഒരു സമ്മാനം നൽകണമെന്ന ആശയം ആദ്യം അവതരിപ്പിക്കപ്പെട്ടത് 1924-ൽ ടൊറാന്റോവിൽ വെച്ച് നടന്ന അന്താരാഷ്ട്ര ഗണിതശാസ്ത്ര കോൺഗ്രസി (International Congress of Mathematicians) ലാണ്. കനേഡിയൻ ഗണിതശാസ്ത്രജ്ഞൻ ജോൺ ചാൾസ് ഫീൽഡ്സ് (John Charles Fields) ഈ നിർദ്ദേശത്തെ സ്വാഗതം ചെയ്യുകയും സാമ്പത്തികമായ സഹായം പ്രഖ്യാപിക്കുകയും ചെയ്തു. നാലു കൊല്ലത്തിലൊരിക്കൽ ഒരു സ്വർണ്ണമെഡലും ഒരു വൻതുകയുമാണ് സമ്മാനമായി പ്രഖ്യാപിക്കപ്പെട്ടത്. സ്വർണ്ണ

മെഡലിന്റെ ഒരുവശത്ത് സിറാക്കൂസിലെ ആർക്കിമിഡീസിന്റെ ചിത്രവും 'ഉയർന്ന് ലോകത്തെ കീഴടക്കുക' ('Transire summ pectus mundoque potiri - Rise above oneself and take hold of the world) എന്നീ വാക്കുകളും മെഡലിന്റെ മറ്റേവശത്ത് 'ലോകത്തിലെ ഗണിതശാസ്ത്രജ്ഞൻമാർ ഇവിടെ കൂടി താങ്കളുടെ മികവുറ്റ പ്രവർത്തനത്തെ ശ്ലാഘിക്കുന്നു' ("Congregati extoto orbe mathematici ob scripta insignia tribuere'- the mathematicians of the world assembled here to pay tribute for your outstanding work) എന്നും ആലേഖനം ചെയ്യാൻ തീരുമാനിച്ചു. ആർക്കിമിഡീസിന്റെ ചിത്രത്തിനു പിന്നിൽ അദ്ദേഹത്തിന്റെ ശവകുടീരവും ഒരു വൃത്തത്തിൽ കൃത്യമായി അടക്കം ചെയ്ത ഗോളവും ആലേഖനം ചെയ്യണമെന്നും തീരുമാനിക്കപ്പെട്ടു. മെഡൽ ലഭിക്കുന്നവർ തുടർന്നും ഗണിതശാസ്ത്രരംഗത്ത് സേവനം തുടരണമെന്ന് അവർ ആഗ്രഹിച്ചതിന്റെ ഫലമായി നാൽപ്പതു വയസ്സിൽ കുറഞ്ഞവരെ മാത്രമേ ഇതിനു പരിഗണിക്കാറുള്ളൂ. മെഡൽ നൽകുന്ന വർഷം ജനുവരി ഒന്നിന് നാൽപ്പതു വയസ് പൂർത്തിയാവരുത്. ഈ കാരണത്താലാണ് ആൻഡ്രൂ വൈൽസിന് പ്രത്യേക പുരസ്കാരം നൽകേണ്ടിവന്നത്.

ടൊറാന്റോ സർവ്വകലാശാലയിലെ ഒരു കമ്മിറ്റിയാണ് മെഡലുകളുടെ നടത്തിപ്പ് കൈകാര്യം ചെയ്യുന്നത്. ഒരു വർഷം രണ്ടു മുതൽ നാലുപേർക്കു വരെയാണ് മെഡൽ നൽകപ്പെടുന്നത്. 2006-ൽ 13400 അമേരിക്കൻ ഡോളറും മെഡലുമാണ് സമ്മാനിക്കപ്പെട്ടത്. റഷ്യയിലെ ആൻഡ്രീ ഒക്കൗൻകോവ്, ഗ്രിഗറി പെരൽമാൻ എന്നിവരും ആസ്ത്രേലിയയിലെ ടെറൻസ് ടാവോ, ഫ്രാൻസിലെ വെൻഡലിൻ വർണർ എന്നിവരുമാണ് 2006-ൽ മെഡൽ നേടിയത്.

ഗണിതശാസ്ത്രജ്ഞൻമാർക്ക് വർഷം തോറും നൽകപ്പെടുന്ന വോൾഫ് പ്രൈസും (Wolf Prize) അബൽ പ്രൈസും (Abel Prize) പരാമർശയോഗ്യങ്ങളാണ്. ഡോ. റിക്കാർഡോ വോൾഫ് സ്ഥാപിച്ച വോൾഫ് ട്രസ്റ്റാണ് ഒരു ദശലക്ഷം അമേരിക്കൻ ഡോളർ സമ്മാനമായി നൽകുന്ന വോൾഫ് പ്രൈസ് ആരംഭിച്ചത്. ഗണിതശാസ്ത്രം, കൃഷി, രസതന്ത്രം, വൈദ്യശാസ്ത്രം, ഊർജ്ജതന്ത്രം, കല എന്നിങ്ങനെ ആറു വിഷയങ്ങളിലെ മികച്ച പ്രതിഭകൾ (ജീവിച്ചിരിക്കുന്നവർ)ക്കാണ് പ്രൈസ് നൽകപ്പെടുന്നത്.

നോർവീജിയൻ അക്കാദമി ഓഫ് സയൻസ് ആന്റ് ലെറ്റേഴ്സിന്റെ നിയന്ത്രണത്തിൽ നോർവെ രാജാവ് 2001 മുതൽ വർഷം

തോറും നൽകുന്ന സമ്മാനമാണ് അബെൽ പ്രൈസ്. ഒരു ദശലക്ഷം അമേരിക്കൻ ഡോളറാണ് സമ്മാനത്തുക. അന്താരാഷ്ട്രപ്രമുഖരായ അഞ്ചു ഗണിതശാസ്ത്രജ്ഞൻമാരടങ്ങുന്ന ഒരു കമ്മിറ്റിയാണ് അവാർഡ് ജേതാക്കളെ തിരഞ്ഞെടുക്കുന്നത്. വലുതും ചെറുതുമായ നിരവധി സമ്മാനങ്ങളും അവാർഡുകളും ഗണിതശാസ്ത്രജ്ഞൻമാർക്കായി വിവിധ രാജ്യക്കാരും സംഘടനകളും ഏർപ്പെടുത്തിയിട്ടുണ്ട്.

ഗണിതശാസ്ത്രത്തെ അങ്കഗണിതം, ബീജഗണിതം, ജ്യാമിതി എന്നിങ്ങനെ മൂന്നു പ്രധാനവിഭാഗങ്ങളായി പൊതുവെ പരിഗണിക്കാറുണ്ടെങ്കിലും ഇതുമാത്രം ചേർന്നതൊന്നുമല്ല ഗണിതം. ഈ ഭാഗങ്ങളെല്ലാം പരസ്പരം ബന്ധമില്ലാത്തവയുമല്ല. ഗണിതശാസ്ത്രം ഇന്ന് നൂറുകണക്കിന് ശാഖകൾ ഉൾക്കൊള്ളുന്നതാണ്. വ്യത്യസ്ത ശാഖകൾ പരസ്പരം ചേർന്ന് പുതിയ ശാഖകൾ രൂപപ്പെടുന്നുമുണ്ട്.

ഗണിതശാസ്ത്രത്തെ തന്നെ അമൂർത്തഗണിതം (abstract mathematics) ശുദ്ധഗണിതം (pure mathematics) പ്രയുക്തഗണിതം (applied mathematics) എന്നിങ്ങനെ നിരവധി ഭാഗങ്ങളായി വേർതിരിച്ചിട്ടുണ്ട്.

ചില ഗണിതശാസ്ത്രശാഖകൾ താഴെ കൊടുക്കുന്നു.

Analysis	Mensuration
Saturation Arithmetic	Commercial Arithematic
Modular Arithmatic	Clock Arithemetic
Analytic Number Theory	Abstract Number Theory
Number Theory	Progressions
Universal Algebra	Linear Algebra
Home Logical Algebra	Algebraic Graph Theory
Matrix Algebra	Algebraic Number Theory
Abstract Algebra	Filtered Algebra
Steenrod Algebra	Super Algebra
Field Theory	Classfield Theory
Proof Theory	Knot Theory
Algebraic Geometry	Algebraic Topology

Symplectic Topology
Grothendick Topology
Integral Calculus
Diffrential Calculus
Schubert Calculus
Process Calculus
Domain Theory
Enumeratic Geometry
Geometro dynamics
Computational Geometry
Combinatorial Geometry
Optimisation
Graph Theory
Homology
Sequences and Series
Functional Analysis
Determinants

ഗണിതശാസ്ത്രത്തിന് എത്ര ശാഖകളും ഉപശാഖകളും ഉണ്ടെന്ന് കൃത്യമായി പറയാൻ സാധിക്കാത്തവിധം ഗണിതം വളർന്നു കഴിഞ്ഞു. ഏറ്റവും പുതിയ ഗണിതശാഖയായി E8 ഗണിത (E8 mathematics) ത്തെ കണക്കാക്കാം. Name given to a family of closely related structures എന്നാണ് E8 ഗണിതത്തിന് നൽകിയിരിക്കുന്ന വിശദീകരണം. Wilhelm Killing, Elie Cartan എന്നിവർ ആണ് E6, E7, E8, F4, G2 എന്നീ പ്രത്യേക വിഭാഗങ്ങൾ ആവിഷ്കരിച്ചത്. നിരവധി പ്രതിഭാശാലികളുടെ ത്യാഗപൂർണ്ണമായ സേവനത്തിലൂടെ ഗണിതശാസ്ത്രം വളർന്നുകൊണ്ടിരിക്കുകയാണ്. ഏത് ശാസ്ത്രത്തിന്റെ വളർച്ചയ്ക്കും ഗണിതശാസ്ത്രം അത്യാവശ്യമാണ്. ഗണിതശാസ്ത്രത്തിന്റെ വളർച്ച മറ്റ് എല്ലാ ശാസ്ത്രങ്ങളുടെയും വളർച്ചയെ സഹായിക്കുന്നു. ശാസ്ത്രങ്ങളുടെ വളർച്ച മാത്രമല്ല ജീവിതത്തിന്റെ എല്ലാ മേഖലകളുടെ വളർച്ചയെയും ത്വരിതപ്പെടുത്തിക്കൊണ്ടിരിക്കുന്നു.

www.ingramcontent.com/pod-product-compliance
Lightning Source LLC
LaVergne TN
LVHW060410051026
849518LV00007B/2501